Thai
for Advanced
Readers

by

Benjawan Poomsan Becker

เบญจวรรณ ภูมิแสน เบคเกอร์

PAIBOON

PUBLISHING

ภาษาไทยชั้นสูง
สำหรับชาวต่างชาติ

- 299 BAHT -

Thai for Advanced Readers
Copyright ©2000 by Paiboon Publishing
(สำนักพิมพ์ไพบูลย์ภูมิแสน)
Printed in Thailand

Paiboon Poomsan Publishing
582 Amarinniwate Village 2
Sukhapiban Road 1, Bungkum
Bangkok 10230
THAILAND
☎ 662-509-8632
Fax 662-519-5437

Paiboon Publishing
PMB 192, 1442A Walnut Street
Berkeley, California USA 94709
☎ 1-510-848-7086
Fax 1-510-848-4521
E-mail: paiboon@thailao.com
www.thailao.com

สำนักพิมพ์ไพบูลย์ภูมิแสน
582 หมู่บ้านอัมรินทร์นิเวศน์ 2
ถ. สุขาภิบาล 1 เขตบึงกุ่ม
ก.ท.ม. 10230
☎ 662-509-8632
โทรสาร 662-519-5437

English Edited by Craig Becker
Thai Edited by Prachumporn Kaweekorn and Addissapong Praphantanathorn

ISBN 1-887521-03-8

Printed by Chulalongkorn University Printing House
November, 2006 [5002-074/2,000(2)]
http://www.cuprint.chula.ac.th

Introduction

Thai for Advanced Readers fills a need that the author felt while teaching Thai to foreigners. Intermediate or fairly advanced students may know how to read Thai but not yet have the vocabulary to read a Thai newspaper or book without the tedium of constant dictionary lookups or the help of a tutor. A reader that presents new vocabulary with definitions and a pronunciation guide can be of tremendous help to students who want to progress from reading Thai textbooks for foreigners to reading material written for native Thai speakers. *Thai for Advanced Readers* helps to bridge that gap. Each reading has a vocabulary list where new and difficult words are introduced with their pronunciations and definitions. Most of the words that are not explained in this book are covered in *Thai for Beginners* and *Thai for Intermediate Learners*.

The book is divided into three parts. The first consists of passages about Thailand, Thai culture and the author's life growing up in Thailand. It is written in simple Thai for the purpose of helping foreign students to read about Thailand in the Thai language. These readings are accompanied by their English translations. A note regarding the English translations— they are not meant to be exact or word for word but to help the student check his overall comprehension of the passage.

The second part consists of practice in reading Thai newspaper articles. Hopefully, students will become more accustomed to the style and vocabulary used in Thai newspapers and be better able to read them on their own.

The third section has miscellaneous articles, songs and other items that are known to most Thai people. Besides helping the student with his Thai language, they may offer cultural insights as well.

I would like to express my gratitude to Ajarn Susan Kepner of the University of California at Berkeley for providing information and ideas for this book. Many thanks to my brothers, Somchai and Rodjana Poomsan, and my sister, Prachumporn Kaweekorn, who helped check the information about Thailand. Please accept my apologies for any inaccuracies. Suggestions for the next edition are very welcome. I hope these study materials will help teachers and students to successfully teach and learn the Thai language at a higher level.

Benjawan Poomsan Becker
เบญจวรรณ ภูมิแสน เบคเกอร์
E-mail: benjawan@thailao.com

Table of Contents
สารบัญ

Guide to Pronunciation

คำแนะนำในการออกเสียง

Congratulations! You are now free from any confusing transliterations of the Thai language. In this book, you are expected to be able to read basic Thai and understand all the tone rules, tone marks, consonant classes, ending consonant pronunciations, live and dead syllables, etc. The pronunciation guide utilizes the same standard system of phonetic spelling that is used all over Thailand in Thai dictionaries and other texts. Each syllable is separated by a hyphen. The vocabulary sections show the Thai word first, then the pronunciation in brackets [ ] followed by the English translation of the word.

You will find it fairly simple to follow the pronounciation guide now that you can read basic Thai. Although written Thai is quite phonetic, there are enough exceptions to the spelling and pronunciation rules to require a considerable amount of memorization.

Here are some examples of how to use the guide to pronunciation.

Example 1 The actual spelling is exactly the same as the phonetic spelling.

ไก่   [ไก่]   chicken

Example 2 The word is pronounced exactly the way it is written according to the rules of Thai phonics, but uses different letters from those in the standard phonetic spelling. For initial consonants of each syllable:

ค is used for ค and ฆ.
ช is used for ช and ฌ.

ด is used for ด and ฎ.
ต is used for ต and ฏ.
ถ is used for ถ and ฐ.
ท is used for ท, ฑ, ฒ and ธ.
น is used for น and ณ.
พ is used for พ and ภ.
ย is used for ย and ญ.
ล is used for ล and ฬ.
ส is used for ส, ศ and ษ.

ระฆัง	[ระ-คัง]	bell
ฌาปนกิจ	[ชา-ปะ-นะ-กิด]	cremation
ชฎา	[ชะ-ดา]	a kind of crown
ปฏัก	[ปะ-ตัก]	a kind of spear
ฐานะ	[ถา-นะ]	status
ผู้เฒ่า	[ผู้-เท่า]	old man
เณร	[เนน]	novice monk
ภาระ	[พา-ระ]	burden
ญาณ	[ยาน]	intellectual intuition
กีฬา	[กี-ลา]	sport
ศึกษา	[สึก-สา]	to educate

For final consonants of each syllable :

ก is used for ก, ข, ค and ฆ.
ด is used for ด, ต, จ, ช, ซ, ท, ธ, ฑ, ฒ, ถ, ฐ, ส, ศ, ษ, ฎ and ฏ.
น is used for น, ณ, ร, ล, ฬ and ญ.
บ is used for บ, ป, พ, ฟ and ภ.

เลข	[เลก]	math
เมฆ	[เมก]	cloud
กระดาษ	[กระ-ดาด]	paper
ธาตุ	[ทาด]	element
ทาส	[ทาด]	slave
ป่าชัฏ	[ป่า-ชัด]	deep forest
การ	[กาน]	matter
ผล	[ผน]	result
เบญจวรรณ	[เบ็น-จะ-วัน]	Benjawan (the author's name)
บาป	[บาบ]	sin
กราฟ	[กร้าบ]	graph
โลภ	[โลบ]	greedy

Example 3 The word is pronounced differently from the way it is spelled. Many of them are words borrowed from foreign languages such as Pali, Sanskrit and English. Because they are exceptions to the standard rules of spelling, they must be memorized. Sometimes there is more than one way to pronounce a word. I put the most widely accepted pronunciation first, then the variation:

แฟกซ์	[แฝ็ก]	fax
อีเมล์	[อี-เมว, อี-เม]	email
ญาติ	[ยาด]	relative
เช้า	[ช้าว]	morning
ศีรษะ	[สี-สะ]	head
บอสตัน	[บ๊อด-สะ-ตั้น]	Boston
บิล	[บิน, บิว]	Bill (a man's name)
อีวาแอร์	[อี-ว่า-แอ]	Eva Airlines
เลเซอร์	[เล-เซ่อ]	laser

****

44 Thai Consonants in Alphabetical Order

พยัญชนะในภาษาไทยมี ๔๔ ตัว

ก* ข̱ ฃ̱ ค ฅ ฆ ง จ*

ฉ̱ ช ซ ฌ ญ ฎ* ฏ* ฐ̱

ฑ ฒ ณ ด* ต* ถ̱ ท ธ

น บ* ป* ผ̱ ฝ̱ พ ฟ ภ

ม ย ร ล ว ศ̱ ษ̱ ส̱

ห̱ ฬ อ* ฮ

ฃ and ฅ are obsolete.   เลิกใช้ ฃ และ ฅ แล้ว

อักษรสูง (**high consonant**) มี ๑๑ ตัว   _

อักษรกลาง (**mid consonant**) มี ๙ ตัว   *

อักษรต่ำ (**low consonant**) มี ๒๔ ตัว

32 Thai Vowels in Alphabetical Order

สระในภาษาไทยมี ๓๒ ตัว

–ะ	–า	–ิ	–ี
–ึ	–ื	–ุ	–ู
เ–ะ	เ–	แ–ะ	แ–
โ–ะ	โ–	เ–าะ	–อ
เ–อะ	เ–อ	เ–ียะ	เ–ีย
เ–ือะ	เ–ือ	–ัวะ	–ัว
–ำ	ใ–	ไ–	เ–า
ฤ	ฤๅ	ฦ*	ฦๅ*

*ฦ and ฦๅ are obsolete. เลิกใช้ ฦ และ ฦๅ แล้ว

4 Tone Marks
วรรณยุกต์มี ๔ รูป

-่ ไม้เอก

-้ ไม้โท

-๊ ไม้ตรี

-๋ ไม้จัตวา

Thai Numbers
from 0 to 9
ตัวเลขไทยจาก ๐ ถึง ๙

๐ ๑ ๒ ๓ ๔

๕ ๖ ๗ ๘ ๙

Map of Thailand
แผนที่ประเทศไทย

ส่วนที่หนึ่ง
Part I

บทความภาษาไทย
Passages in Thai

ครอบครัวของฉัน

  ครอบครัวฉันมีเจ็ดคน มีพ่อ แม่ พี่ชายหนึ่ง
คน พี่สาวหนึ่งคน ตัวฉันและน้องชายอีกสองคน
พ่อกับแม่มีอาชีพค้าขายส่วนตัว มีร้านขาย
อาหารไทยและอาหารอีสานอยู่ที่จังหวัดยโสธร
พี่ชายกับพี่สาวมีอาชีพรับราชการ พี่ชายเป็น
ครูมัธยม สอนวิชาเกษตร พี่สาวเป็นหัวหน้า
พยาบาลที่จังหวัดยโสธร น้องชายคนแรกเป็น
อาจารย์สอนพิเศษตามบ้าน น้องชายคนสุดท้อง
กำลังเรียนอยู่ที่มหาวิทยาลัยเอกชนในกรุงเทพ
ส่วนตัวฉันเรียนจบปริญญาตรีด้านวิชาภาษา
อังกฤษที่มหาวิทยาลัยขอนแก่น และเป็น
นักแปลภาษาและนักเขียนอยู่ที่สหรัฐอเมริกา
  ตอนเป็นเด็กครอบครัวของฉันอยู่ใกล้กับ
ญาติพี่น้อง บ้านฉันอยู่ติดกับบ้านคุณยายและ
บ้านน้า ฉันมีเพื่อนๆที่เป็นลูกพี่ลูกน้องหลาย

คน คุณยายมีลูกทั้งหมดเก้าคน มีหลานยี่สิบ
ห้าคน ทุกคนโตกันหมดแล้วและแต่งงานและ
มีลูกกันเกือบทุกคน ตอนนี้คุณยายก็เลยกลาย
เป็นยายทวด มีเหลนหลายคนแล้ว

✳ ✳ ✳ ✳ ✳ ✳ ✳ ✳ ✳ ✳ ✳ ✳

คำศัพท์

ค้าขาย	[ค้า-ขาย]	trade
ส่วนตัว	[ส่วน-ตัว]	personal, self
ราชการ	[ราด-ชะ-กาน]	offcial affairs
มัธยม	[มัด-ทะ-ยม]	secondary school
เกษตร	[กะ-เสด]	agriculture
หัวหน้า	[หัว-หน้า]	head, leader
พยาบาล	[พะ-ยา-บาน]	nurse
สอนพิเศษ	[สอน-พิ-เสด]	special tuition
ตาม	[ตาม]	along, at
สุดท้อง	[สุด-ท้อง]	youngest, last born
เอกชน	[เอก-กะ-ชน]	private sector
ส่วนตัวฉัน	[ส่วน-ตัว-ฉัน]	and for myself
ปริญญาตรี	[ปะ-ริน-ยา-ตรี]	bachelor's degree
ด้าน	[ด้าน]	aspect

นักแปล	[นัก-แปล]	translator
นักเขียน	[นัก-เขียน]	writer
หลาน	[หลาน]	grandchild
โต	[โต]	grown-up
หมด	[หมด]	all
ยายทวด	[ยาย-ทวด]	great grandmother
เหลน	[เหลน]	great grandchild

ข้อแนะนำในการฝึกหัดเพิ่มเติม

ให้หัดแต่งเรื่องเกี่ยวกับครอบครัวของตนเองเป็นภาษาไทยแล้ว
อ่านให้กับอาจารย์หรือเพื่อนๆ ฟัง

ให้ฝึกแต่งประโยคและเรียงความสั้นๆเป็นภาษาไทยเกี่ยวกับ
ครอบครัวของตน

ให้นักเรียนหาคำศัพท์ที่เกี่ยวข้องกับบทความ เช่น อาชีพ ชื่อวิชา
และฝึกใช้คำเหล่านั้นให้ถูกต้อง

My Family

There are seven people in my family: father, mother, one older brother, one older sister, myself and two younger brothers. My parents were self-employed. They had a restaurant that sold Thai and northeastern food in Yasothon province. My older brother and sister are government officials. My older brother is a high school teacher. He teaches agriculture. My sister is a head nurse in Yasothon. My first younger brother is a home tutor and my youngest brother is still studying at a private university in Bangkok. As for myself, I finished my Bachelor's degrees in English at Khon Kaen University and am a translator and writer in the U.S.

When I was young, my family lived close to our relatives. Our house was next to my grandmother's and my aunt's house. I have many friends who are cousins. My grandmother has nine children and twenty-five grandchildren. All of them are grown-up and most of them are married and have children. Now my grandmother is a great grandmother. She has many great grandchildren.

****

สมัยเป็นนักเรียน

ฉันเริ่มเข้าโรงเรียนครั้งแรกชั้นอนุบาลที่
เมืองไทยมีชั้นอนุบาลหนึ่งและอนุบาลสอง ต่อ
จากนั้นก็เข้าเรียนต่อชั้นประถมหนึ่งถึงประถม
หกที่โรงเรียนสามัคคี ถึงแม้ว่าโรงเรียนจะอยู่ที่
ภาคอีสานแต่ก็ใช้ภาษาไทยกลางในการสอน
ฉันเริ่มเรียนภาษาอังกฤษครั้งแรกในชั้นประถมปี
ที่ห้าแต่ในโรงเรียนเอกชนบางแห่งเริ่มสอนตั้งแต่
ประถมหนึ่ง เวลาในการเรียนชั้นประถมทั้งหมด
หกปี

หลังจากจบชั้นประถมแล้ว ฉันเข้าเรียน
ต่อชั้นมัธยมต้นและมัธยมปลายที่โรงเรียนยโสธร
พิทยาคม โรงเรียนที่ฉันเข้าเรียนทั้งหมดเป็น
โรงเรียนหลวง จึงไม่ต้องเสียค่าเรียนมากนัก
เพียงแต่เสียค่าหนังสือและค่าชุดนักเรียน สำหรับ
ค่าอาหารกลางวัน ถ้าห่อข้าวไปกินที่โรงเรียน

ก็ไม่ต้องเสียเงิน ตอนเรียนชั้นมัธยมคุณแม่ให้เงิน
ค่าอาหารกลางวันสำหรับวันที่ไม่ได้ห่อข้าวไป
ได้วันละเจ็ดบาท โรงเรียนห่างจากบ้านสองกิโล
ฉันกับน้องชายจะขี่จักรยานคันเดียวกันไปเรียน
ฉันเป็นคนปั่น น้องชายนั่งซ้อนท้าย ตอนเช้า
โรงเรียนเข้าตอนแปดโมงสิบห้า นักเรียนจะ
เคารพธงชาติ ร้องเพลงชาติ สวดมนต์และกล่าว
คำปฏิญาณตนก่อนเข้าเรียน วิชาแรกเริ่ม
ประมาณเก้าโมงและโรงเรียนเลิกประมาณ
สี่โมงครึ่ง หลังจากเลิกเรียนแล้ว เราก็ขี่จักรยาน
กลับบ้าน ช่วยงานบ้านนิดหน่อยแล้วอ่าน
หนังสือกับทำการบ้าน

ชั้นมัธยมใช้เวลาเรียนหกปีเช่นกัน มัธยม
ต้นสามปีและมัธยมปลายสามปี หลังจากจบ
มัธยมปลายแล้วก็เข้าเรียนต่อที่มหาวิทยาลัย
ขอนแก่น การจะเข้าเรียนต่อในมหาวิทยาลัย
ของรัฐนั้นจะต้องมีการสอบเข้าหรือเรียกว่า
สอบเอนทรานซ์

การสอบเข้าสำหรับภาคอีสานจะมีสองครั้ง ครั้งแรกจะให้เฉพาะนักเรียนในภาคอีสานสอบก่อนเพื่อเป็นการให้สิทธิคนอีสานเพื่อเข้าเรียนในมหาวิทยาลัยขอนแก่น หลังจากนั้นจะมีการสอบเข้ามหาวิทยาลัยของรัฐครั้งใหญ่ในเดือนเมษายน

โรงเรียนในเมืองไทยเปิดเรียนในเดือนพฤษภาคมและจะมีการปิดเทอมสามครั้ง (บางแห่งสองครั้ง) ปิดเทอมครั้งใหญ่ในฤดูร้อนในกลางเดือนมีนาคมถึงกลางเดือนพฤษภาคม

มหาวิทยาลัยในเมืองไทยเปิดเรียนในเดือนมิถุนายนและจะมีการปิดเทอมสองครั้ง ปิดเทอมครั้งใหญ่ในฤดูร้อนประมาณกลางเดือนมีนาคมถึงกลางเดือนมิถุนายน

หลังจากที่จบปริญญาตรีที่มหาวิทยาลัยแล้ว ฉันเข้าเรียนต่อปริญญาโทที่ญี่ปุ่นเพราะได้ทุนการศึกษาจากรัฐบาลญี่ปุ่น แต่นักศึกษาไทยส่วนมากมักไปเรียนต่อที่สหรัฐหรือออสเตรเลีย

****

คำศัพท์

การศึกษา	[กาน-สึก-สา]	education
อนุบาล	[อะ-นุ-บาน]	kindergarten
ต่อจากนั้น	[ต่อ-จาก-นั้น]	after that
เรียนต่อ	[เรียน-ต่อ]	to continue education
ประถม	[ประ-ถม]	elementary
มัธยมต้น	[มัด-ทะ-ยม-ต้น]	junior high school
มัธยมปลาย	[มัด-ทะ-ยม-ปลาย]	senior high school
โรงเรียนหลวง	[โรง-เรียน-หลวง]	public school
ชุดนักเรียน	[ชุด-นัก-เรียน]	school uniform
ห่อข้าว	[ห่อ-ข้าว]	lunch box
ห่าง	[ห่าง]	away
จักรยาน	[จัก-กะ-ยาน]	bicycle
ปั่น	[ปั่น]	to pedal
ซ้อนท้าย	[ซ้อน-ท้าย]	sit in the back
เคารพ	[เคา-รบ]	to pay respect
ธงชาติ	[ทง-ชาด]	national flag
สวดมนต์	[สวด-มน]	to pray
คำปฏิญาณ	[คำ-ปะ-ติ-ยาน]	alligence
สอบเข้า	[สอบ-เข้า]	entrance exam
สิทธิ	[สิด]	right, privilege
ปิดเทอม	[ปิด-เทิม]	school break
ทุนการศึกษา	[ทุน-กาน-สึก-สา]	scholarship

ข้อแนะนำในการฝึกหัดเพิ่มเติม

ให้แต่งเรื่องเกี่ยวกับการเรียนสมัยเป็นเด็กเป็นภาษาไทย แล้วฝึก
อ่านเรื่องที่แต่งให้กับอาจารย์หรือเพื่อนๆ ฟัง

ให้นักเรียนหาคำศัพท์ที่เกี่ยวข้องกับบทความที่เกี่ยวข้องกับการ
ศึกษาและฝึกใช้คำเหล่านั้นให้ถูกต้อง

ให้ฝึกเล่าเรื่องปากเปล่าตอนสมัยเป็นเด็กเป็นภาษาไทย

ท่องเดือนทั้งสิบสองเดือนของไทยให้จำได้ขึ้นใจ

When I Was a Student...

I first started school in kindergarten. In Thailand, there is Kindergarten 1 and Kindergarten 2. After that I continued to study from Elementary 1 to Elementary 6 at Samakkee School. Even though my school is in the Northeast, we use the standard Thai language in class. We started learning English for the first time in Elementary 5, but in some private schools students start English in Elementary 1. Elementary school is six years.

After elementary school, I continued on to junior high and high school at Yasothon Pittayakom School. All the schools I attended are public schools so I didn't have to pay for tuition. I only needed to buy books and uniforms. If I took a lunch box I didn't have to buy food, either. Otherwise, my mother gave me seven baht a day for lunch.

The high school was about two kilometers from home and my younger brother and I would ride there on the same bicycle. I pedaled and he would sit in the back. School started at eight fifteen. Students would pay respects to the flag, sing the national anthem, pray and pledge allegiance before going to class. The first subject started about nine o'clock and school ended at about four thirty. After school was over, we would ride the bicycle back home, help with the housework a little bit and then study and do homework.

Secondary school also takes six years – junior high three years and high school three years. After finishing high school, I studied at Khon Kaen University. In order to attend a state university, one has to take an entrance examination. In the Northeast, there are two university entrance exams. The first one is only for Northeastern students in order to qualify for Khon Kaen University. After that, there is another major entrance exam for state universities in April.

Schools in Thailand start the first semester in May. There are three school vacations (two in some schools). The main vacation is in the summer and goes from about the middle of March until the middle of May.

Universities in Thailand start in June and there are two vacations. The main summer vacation starts around the middle of March and lasts until the middle of June.

After I finished my Bachelor's degree, I continued to study for my Master's degree in Japan because I received a scholarship from the Japanese government. However, most Thai students like to continue their studies in the U.S or Australia.

****

อาหารไทย

อาหารไทยมีชื่อเสียงทั่วโลก ชาวต่างชาติ
หลายคนเริ่มให้ความสนใจกับอาหารไทยมาก
อาหารไทยมีรสชาติหลากหลายและมีหลาย
อย่างให้เลือก อาหารไทยที่มีชื่อเสียงได้แก่
ต้มยำกุ้ง ส้มตำ ยำต่างๆ แกงเขียวหวาน ผัดไทย
คนไทยในสหรัฐอเมริกาที่ทำธุรกิจที่นั่น
ส่วนมากเป็นเจ้าของร้านอาหาร อาหารไทย
ในต่างประเทศประสบความสำเร็จในการดึงดูด
ลูกค้าและช่วยโฆษณาประเทศได้เป็นอย่างดี
          ส่วนผสมของอาหารไทยที่ทำให้อาหาร
ของเรามีเอกลักษณ์และอร่อยกลมกล่อมได้แก่
ตะไคร้ ข่า ขิง ใบมะกรูด กะทิ พริกไทย ถั่วลิสง
ใบโหระพา สะระแหน่ ซอสหอยนางรม น้ำปลา
มะนาว หอม กระเทียม ผงกระหรี่ ใบกระเพรา
น้ำมะขาม พริกต่างๆ ปลาร้า ฯลฯ

คนไทยรับประทานอาหารด้วยช้อนและ
ส้อม ถ้ารับประทานร่วมกันหลายคนจะมีช้อน
กลางไว้สำหรับใช้ตักอาหารใส่จานของแต่ละคน
คนไทยส่วนใหญ่รับประทานข้าวสวย บางคน
ชอบข้าวเหนียว นอกจากอาหารที่รับประทาน
กับข้าวแล้วยังมีอาหารประเภทเส้นต่างๆ เช่น
บะหมี่ ก๋วยเตี๋ยว ลาดหน้า ผัดไทย

ในแต่ละภาคของประเทศไทยมีอาหาร
ประจำท้องถิ่นของตนเอง มีอาหารประจำ
ภาคกลาง อาหารเหนือ อาหารอีสานและ
อาหารใต้ ฉันเป็นคนอีสานเลยชอบทานอาหาร
อีสานที่สุด ที่ชอบทานได้แก่ ส้มตำ อ่อม แจ่ว
และข้าวเหนียว

ฉันเป็นคนชอบทานเผ็ดจัด เวลาทาน
อาหารไทยที่อเมริกาบางครั้งต้องคอยเตือนคน
ทำอาหารให้ทำรสคนไทย ลูกค้าส่วนใหญ่เป็น
ชาวอเมริกันซึ่งไม่ค่อยทานเผ็ดมาก อาหารไทย
ที่นี่ค่อนข้างจะทำให้เหมาะกับลิ้นชาวต่างชาติ

✳ ✳ ✳ ✳ ✳ ✳ ✳ ✳ ✳ ✳ ✳ ✳

คำศัพท์

ทั่วโลก	[ทั่ว-โลก]	all over the world
เริ่ม	[เริ่ม]	to begin
รส	[รด]	taste, flavor
รสชาติ	[รด-ชาด]	taste, flavor
ความสนใจ	[ความ-สน-ใจ]	interest
หลากหลาย	[หลาก-หลาย]	various
เลือก	[เลือก]	to choose
เจ้าของ	[เจ้า-ของ]	owner
ต่างประเทศ	[ต่าง-ประ-เทด]	foreign country
ประสบ	[ประ-สบ]	to encounter
ความสำเร็จ	[ความ-สำ-เหร็ด]	success
ดึงดูด	[ดึง-ดูด]	to attract
ลูกค้า	[ลูก-ค้า]	customer
โฆษณา	[โค-สะ-นา]	to advertise
ส่วนผสม	[ส่วน-ผะ-สม]	ingredient
เอกลักษณ์	[เอก-กะ-ลัก]	charateristic
กลมกล่อม	[กลม-กล่อม]	agreeable
ตะไคร้	[ตะ-ไคร้]	lemon grass
ข่า	[ข่า]	galanga
ขิง	[ขิง]	ginger
ใบมะกรูด	[ใบ-มะ-กรูด]	Kaffer lime leaf
กะทิ	[กะ-ทิ]	coconut milk

พริกไทย	[พริก-ไท]	pepper
ถั่วลิสง	[ถั่ว-ลิ-สง]	peanut
ใบโหระพา	[ใบ-โห-ระ-พา]	basil leaf
สะระแหน่	[สะ-หระ-แหน่]	mint
ซอส	[ซ้อด]	sauce
หอยนางรม	[หอย-นาง-รม]	oyster
น้ำปลา	[น้ำ-ปลา]	fish sauce
มะนาว	[มะ-นาว]	lime
หอม	[หอม]	onion
กระเทียม	[กระ-เทียม]	garlic
ผงกระหรี่	[ผง-กระ-หรี่]	curry powder
ใบกะเพรา	[ใบ-กะ-เพรา]	holy basil
น้ำมะขาม	[น้ำ-มะ-ขาม]	tamarind paste
พริก	[พริก]	chilli
ต่างๆ	[ต่าง-ต่าง]	various
ปลาร้า	[ปลา-ร้า]	fermented mud fish
ตัก	[ตัก]	to scoop
จาน	[จาน]	plate
ข้าวสวย	[ข้าว-สวย]	rice, steamed rice
ข้าวเหนียว	[ข้าว-เหนียว]	sticky rice
เส้น	[เส้น]	noodle, pasta
เช่น	[เช่น]	such as
ประจำ	[ประ-จำ]	regular, permanent

ท้องถิ่น	[ท้อง-ถิ่น]	local
จัด	[จัด]	extremely
คอย	[คอย]	constantly
เตือน	[เตือน]	to warn
ส่วนใหญ่	[ส่วน-ใหย่]	majority
ค่อนข้าง	[ค่อน-ข้าง]	rather
เหมาะ	[เหมาะ]	suitable
ลิ้น	[ลิ้น]	tongue

ข้อแนะนำในการฝึกหัดเพิ่มเติม

ให้อธิบายถึงอาหารไทยที่ตนชอบแล้วพูดถึงอาหารของประเทศของนักเรียน

บอกชื่ออาหารคาวไทยให้ได้อย่างน้อย ๑๐ ชนิดและของหวานไทยให้ได้อย่างน้อย ๕ ชนิด

ให้ฝึกแต่งประโยคและเรียงความสั้นๆเป็นภาษาไทยเกี่ยวกับอาหารที่ตนชอบ

ให้นักเรียนฝึกทำอาหารไทยนอกชั้นเรียนโดยศึกษาจากตำราอาหารไทยหรือจากเพื่อนคนไทย

Thai Food

Thai food is famous worldwide. Many foreigners have started to have a lot of interest in Thai food. It has different tastes and there are many dishes to choose from. Thai foods that are famous include *tom yam gung, somtam,* different kinds of salads, *gaeng kiao wan* and *pad Thai.* Thai people in the U.S. who are doing business there are mostly restaurant owners. Thai restaurants overseas are quite successful in attracting customers and helping to promote the country.

The ingredients that give its unique characterstics to Thai food and make it taste good are lemon grass, galanga, ginger, Kaffer lime leaf, coconut milk, pepper, peanuts, basil leaf, mint, oyster sauce, fish sauce, lemon, onion, garlic, curry powder, holy basil, tamarind paste, various kinds of chilli, fermented mud fish, etc.

Thai people eat with a spoon and fork. If there are many people eating together, each dish will have a common spoon to serve food to one's own plate. Most Thai people eat steamed rice. Some people like sticky rice. Besides food that is eaten with rice, there are also noodle dishes, such as egg nooldles, rice noodles, Lardna and Pad Thai.

Each region of Thailand has its own local food. There is central food, northern food, northeastern food and southern food. I am from the Northeast so I like northeastern food the best. I like *somtam, om, jae*o and sticky rice.

I like to eat really spicy food. When I eat Thai food in America, I have to warn the cook to make the food to 'Thai taste'. Most of their customers here are Americans who do not eat very spicy food and the Thai food is made to suit foreigners' tongues.

****

ภูมิศาสตร์ของประเทศไทย

    ประเทศไทยตั้งอยู่ในทวีปเอเชียในเขต
เอเชียตะวันออกเฉียงใต้หรือเรียกว่าเอเชีย
อาคเนย์ ทิศตะวันตกเฉียงเหนือติดกับประเทศ
เมียนมาร์หรือพม่า ทิศตะวันออกเฉียงเหนือ
ติดกับประเทศลาว ทิศตะวันออกติดกับประเทศ
เขมรและทิศใต้ติดกับประเทศมาเลเซีย

    ประเทศไทยมีเนื้อที่ประมาณ ๕๑๔,๐๐๐
ตารางกิโลเมตร มีขนาดเทียบได้กับประเทศ
ฝรั่งเศสหรือรัฐเท็กซัส มีประชากรทั้งสิ้น
ประมาณหกสิบสองล้านคน (ตัวเลขปี ๒๕๔๒)

    กรุงเทพมหานครเป็นเมืองหลวงซึ่งตั้งมา
ตั้งแต่ปี ๒๓๒๕ ในขณะนี้ประเทศไทยมี
ทั้งหมด ๗๖ จังหวัดและแบ่งเป็นสี่ภาคใหญ่ๆ
ด้วยกันได้แก่ ภาคกลาง ภาคเหนือ ภาคอีสาน
และภาคใต้

การแบ่งการปกครองยังสามารถแบ่งออก
ได้เป็นหกภาคได้แก่ ภาคอีสาน ๑๘ จังหวัด
ภาคตะวันออก ๗ จังหวัด ภาคใต้ ๑๔ จังหวัด
ภาคตะวันตก ๕ จังหวัด ภาคกลาง ๒๒
จังหวัดและภาคเหนือ ๘ จังหวัด

ภายในแต่ละจังหวัดแบ่งการปกครองออก
เป็นอำเภอ กิ่งอำเภอ ตำบลและหมู่บ้านตาม
ลำดับ ผู้ปกครองจังหวัดเรียกว่าผู้ว่าราชการ
จังหวัด ผู้ปกครองอำเภอเรียกว่านายอำเภอ
ผู้ปกครอง กิ่งอำเภอเรียกว่าปลัดอำเภอ
ผู้ปกครองตำบลเรียกว่ากำนันและผู้ปกครอง
หมู่บ้านเรียกว่าผู้ใหญ่บ้าน

✳ ✳ ✳ ✳ ✳ ✳ ✳ ✳ ✳ ✳ ✳ ✳

ประเทศ → ภาค → จังหวัด →
อำเภอ / กิ่งอำเภอ → ตำบล → หมู่บ้าน

คำศัพท์

ภูมิศาสตร์	[พู-มิ-สาด]	geography
ตั้งอยู่	[ตั้ง-หยู่]	located
ทวีป	[ทะ-วีบ]	continent
อาคเนย์	[อา-คะ-เน]	southeast
ติดกับ	[ติด-กับ]	adjacent to
เนื้อที่	[เนื้อ-ที่]	area, space
ตาราง	[ตา-ราง]	square
กิโลเมตร	[กิ-โล-เม้ด]	kilometer
ประชากร	[ประ-ชา-กอน]	population
ทั้งสิ้น	[ทั้ง-สิ้น]	total, altogether
เมืองหลวง	[เมือง-หลวง]	capital
ตั้ง	[ตั้ง]	to establish
แบ่ง	[แบ่ง]	to divide
ใหญ่ๆ	[ใหย่-ใหย่]	roughly
การปกครอง	[กาน-ปก-ครอง]	rule, administration
กิ่งอำเภอ	[กิ่ง-อำ-เพอ]	sub-district
ผู้ว่าราชการ	[ผู้-ว่า-ราด-ชะ-กาน]	governor
นายอำเภอ	[นาย-อำ-เพอ]	district head officer
ปลัดอำเภอ	[ปะ-หลัด-อำ-เพอ]	deputy chief of sub-district
กำนัน	[กำ-นัน]	Tambon headman
ผู้ใหญ่บ้าน	[ผู้-ใหย่-บ้าน]	village headman

ข้อแนะนำในการฝึกหัดเพิ่มเติม

ให้นักเรียนอธิบายเพื่อแสดงให้เข้าใจถึงการแบ่งการปกครอง
ด้านภูมิศาสตร์ของประเทศไทย

ให้อธิบายให้กับอาจารย์และเพื่อนๆฟังถึงภูมิศาสตร์และการ
แบ่งการปกครองของประเทศของตน

Thai Geography

Thailand is located in Southeast Asia or what is called 'Asia A-ka-nee'. The northwest borders Myanmar or Burma, the northeast Laos, the east Cambodia and the south Malasia.

Thailand has an area of approximately 514,000 km^2 which is about the size of France or the state of Texas. The total population is about sixty-two million (in 1999).

Bangkok has been the capital since 1782. At present, Thailand has 76 provinces and is divided into four main regions— the Central Region, Northern Region, Northeastern Region and Southern Region.

The political divisions of Thailand can be divided into six regions: 19 provinces in the Northeast, 7 provinces in the East, 14 provinces in the South, 5 provinces in the West, 22 provinces in the Central Region and 9 provinces in the North.

The administrative system within each province divides it into districts, sub-districts, wards (*Tambon*) and villages respectively. The governor of the province is called the *Puwaratchaganjangwat*; head of the district – *Nai Amper*; head of the sub-district – *Palat Amper*; head of the ward – *Gamnan* and head of the village – *Puyaiban*.

****

do

งานอดิเรกของฉัน

ตอนเป็นเด็กฉันชอบอ่านหนังสือและเขียน
หนังสือ ชอบมีเพื่อนทางจดหมาย ตอนสมัยเป็น
เด็กไม่ค่อยมีหนังสือให้อ่านมากนักโดยเฉพาะ
หนังสือดีๆ ฉันต้องไปอ่านที่ห้องสมุดของโรง
เรียน เวลาที่ไม่ได้อ่านหนังสือก็จะช่วยทางบ้าน
ขายของ ที่บ้านมีร้านขายอาหาร ฉันจะช่วย
เตรียมถ้วยจานและเก็บเงิน บางครั้งเวลาร้าน
ยุ่งมากก็จะช่วยล้างจานและทำความสะอาด

เด็กสมัยนั้นไม่ค่อยมีงานอดิเรกมากเพราะ
ไม่ค่อยมีอะไรที่พิเศษ ส่วนมากจะออกไปปั่น
จักรยานหรือเล่นกีฬา ถ้าเป็นพวกวัยรุ่นหน่อยก็
จะพากันไปจีบหนุ่มจีบสาว สมัยนี้วัยรุ่นมี
มอเตอร์ไซค์ขับ มีที่ให้เที่ยวมาก บางคนก็มี
รถยนต์ขับและใช้โทรศัพท์มือถือ

ตอนนี้งานอดิเรกของฉันเปลี่ยนมาเป็น
คอมพิวเตอร์ เวลาเขียนหนังสือจะใช้คอมพิว
เตอร์ งานที่ฉันทำอยู่ก็ใช้คอมพิวเตอร์เกือบ
ร้อยเปอร์เซนต์ ฉันเป็นนักเขียนและนักแปล
ภาษาจึงต้องใช้เวลาอยู่กับเครื่องวันละหลาย
ชั่วโมง เวลาที่ไม่ทำงานก็จะไปเที่ยวในไซเบอร์
สเปซและส่งจดหมายทางไปรษณีย์ไฟฟ้าหรือ
ที่เรียกว่าอี-เมล์ ฉันพอใจกับเทคโนโลยีมาก
เพราะทำให้งานดำเนินไปได้อย่างสะดวก
รวดเร็วและมีคุณภาพ

✳ ✳ ✳ ✳ ✳ ✳ ✳ ✳ ✳ ✳ ✳ ✳

คำศัพท์

โดยเฉพาะ	[โดย-ฉะ-เพาะ]	especially
ห้องสมุด	[ห้อง-สะ-หมุด]	library
เตรียม	[เตรียม]	to prepare
ถ้วย	[ถ้วย]	bowl
ล้าง	[ล้าง]	to wash
กีฬา	[กี-ลา]	sport
จีบ	[จีบ]	to woo, to court

หนุ่ม	[หนุ่ม]	young man
สาว	[สาว]	young woman
มอเตอร์ไซค์	[มอ-เตอ-ไซ]	motorcycle
ขับ	[ขับ]	to drive
มือถือ	[มือ-ถือ]	cell phone
เครื่อง	[เครื่อง]	machine
เทคโนโลยี	[เทค-โน-โล-ยี่]	technology
ดำเนิน	[ดำ-เนิน]	to proceed
สะดวก	[สะ-ดวก]	convenient
รวดเร็ว	[รวด-เร็ว]	fast
คุณภาพ	[คุน-นะ-พาบ]	quality

ข้อแนะนำในการฝึกหัดเพิ่มเติม

ให้หัดแต่งเรื่องเกี่ยวกับงานอดิเรกของตนเองเป็นภาษาไทยแล้ว
อ่านให้กับอาจารย์หรือเพื่อนๆฟัง

ให้นักเรียนหาคำศัพท์ที่เกี่ยวข้องกับบทความ และฝึกใช้คำเหล่า
นั้นให้ถูกต้อง

My Hobbies

When I was young, I enjoyed reading and writing and having penpals. At that time there were not many books to read, especially good books. We had to go to the school library. When I was not reading, I would help my family. We had a restaurant business and I would help prepare dishes and collect money. Sometimes, when the restaurant was very busy, I would help with the dishes and the cleaning.

Children at that time did not have many hobbies because there wasn't anything special to do. Most of them would go out on their bicycles or play sports. Adolescents would usually court each other. Nowadays, young people have motorcycles and there are a lot of places to hang out. Some of them have cars and use cellular phones.

Now my hobby is using the computer. When I write, I use the computer. The job that I am doing now uses the computer almost one hundred per cent. I am a writer and translator so I spend many hours a day with the machine. When I am not working, I take a trip to cyberspace and send electronic mail. I am very pleased with technology because it makes work go smoothly and effectively.

****

วันสงกรานต์

วันสงกรานต์เป็นวันขึ้นปีใหม่ตามประเพณี
ของไทย ซึ่งตรงกับวันที่สิบสามเมษายนของทุกปี
เดือนเมษายนเป็นเดือนที่ร้อนที่สุดเพราะพระ
อาทิตย์เคลื่อนตัวเข้าสู่ราศีเมษ เป็นช่วงเวลาที่
เปลี่ยนจุลศักราชใหม่ ถึงแม้ว่าจะเป็นเวลาที่
ร้อนที่สุดแต่ก็เป็นช่วงเวลาที่ทุกคนรอคอย
มีการพักผ่อนกันทั้งประเทศ มีการละเล่นต่างๆ
ทางราชการกำหนดให้หยุดได้สามวันคือ
วันที่สิบสามถึงวันที่สิบห้าเมษายนและเป็นวัน
ผู้สูงอายุแห่งชาติและวันครอบครัว แต่หลายคน
มักจะขอลาเพิ่มหรือลาพักร้อน ถ้าเป็นผู้ที่ไม่ได้
ทำงานรับราชการก็จะต้องขอลาพักจากนายจ้าง
ของตน เดือนเมษายนเป็นช่วงที่ไม่ได้ทำไร่ไถนา
ทำให้สามารถพักผ่อนและสนุกสนานกันได้เต็มที่

ในระยะเวลาสามสี่วันที่ฉลองวันสงกรานต์ จะมีการทำบุญตักบาตรปล่อยนกปล่อยปลา สรงน้ำพระสงฆ์ พระพุทธรูป ผู้ใหญ่ที่เคารพนับถือและบุคคลทั่วไป น้ำที่ใช้จะเป็นน้ำสะอาดที่ปรุงด้วยเครื่องหอม แต่สำหรับสาดน้ำใส่คนทั่วไป บางครั้งก็ใช้น้ำธรรมดา

วันนี้เป็นวันที่ทุกคนให้ความสนใจมากกว่าวันหยุดใดๆของไทย หลายคนจะกลับบ้านของตนเพื่อฉลองกับครอบครัว ปัจจุบันนี้ประเพณีสงกรานต์ลดความสนุกสนานลงไปบ้างเนื่องจากเศรษฐกิจรัดตัวแต่ก็ยังเป็นวันหยุดที่สำคัญที่สุดของไทย

✳ ✳ ✳ ✳ ✳ ✳ ✳ ✳ ✳ ✳ ✳ ✳ ✳

คำศัพท์

ขึ้น	[ขึ้น]	to progress, to rise
ประเพณี	[ประ-เพ-นี]	tradition, custom
พระอาทิตย์	[พระ-อา-ทิด]	the sun
เคลื่อน	[เคลื่อน]	to move
ราศี	[รา-สี]	zodiac sign
เมษ	[เมด]	Aries
เปลี่ยน	[เปลี่ยน]	to change
จุลศักราช	[จุน-ละ-สัก-กะ-หราด]	the Thai lesser era
ช่วง	[ช่วง]	period (of time)
พักผ่อน	[พัก-ผ่อน]	to rest
ละเล่น	[ละ-เล่น]	to play
กำหนด	[กำ-หนด]	to set, to appoint
ลา	[ลา]	to take leave
เพิ่ม	[เพิ่ม]	to add
พักร้อน	[พัก-ร้อน]	to take a vacation
นายจ้าง	[นาย-จ้าง]	employer
ทำไร่	[ทำ-ไร่]	to farm
ไถนา	[ไถ-นา]	to plough a rice field
ทำบุญ	[ทำ-บุน]	to make merit
ตักบาตร	[ตัก-บาด]	to offer food to monk
ปล่อย	[ปล่อย]	to release

สรงน้ำ	[สง-น้ำ]	to pour water over
พระสงฆ์	[พระ-สง]	Buddhist monk
พระพุทธรูป	[พระ-พุด-ทะ-รูบ]	the image of Buddha
ผู้ใหญ่	[ผู้-ใหย่]	the elderly, adult
เคารพ	[เคา-รบ]	to respect
นับถือ	[นับ-ถือ]	to respect, to believe in
บุคคล	[บุก-คน]	person
สะอาด	[สะ-อาด]	clean
ปรุง	[ปรุง]	to prepare, to mix
เครื่องหอม	[เครื่อง-หอม]	perfume
สาด	[สาด]	to throw (liquid)
บางครั้ง	[บาง-ครั้ง]	sometimes
ธรรมดา	[ทำ-มะ-ดา]	normal, plain
ฉลอง	[ฉะ-หลอง]	to celebrate
ปัจจุบัน	[ปัด-จุ-บัน]	nowadays
ลด	[ลด]	to reduce
เนื่องจาก	[เนื่อง-จาก]	due to
เศรษฐกิจ	[เสด-ถะ-กิด]	economy
รัดตัว	[รัด-ตัว]	tight

ข้อแนะนำในการฝึกหัดเพิ่มเติม

ให้อธิบายเกี่ยวกับวันหยุดที่สำคัญอื่นๆของไทย

ให้พูดถึงวันหยุดที่สำคัญของประเทศของตน

ให้นักเรียนหาคำศัพท์ที่เกี่ยวข้องกับบทความและที่เกี่ยวข้องกับ
ประเพณีไทย แล้วฝึกใช้คำเหล่านั้นให้ถูกต้อง

Songkran Day

Songkran Day is the traditional Thai New Year's. It falls on the thirteenth of April every year. April is the hottest month. It is when the sun moves into the constellation Aries and the year changes. Even though it is the hottest time, it is the time everybody looks forward to it. People take time off from work all over the country and there are games played everywhere. The official holiday is the three days from the thirteenth to the fifteenth of April. It is also the National Elderly Day and Family Day. However, most people will ask for more days off or for vacation time. If they are not working for the government, they have to ask their employers. During April there is no ploughing going on so farmers can rest and have fun to their heart's content.

During the three days of the celebration, there are activities like making merit with the monks, releasing birds and fish, pouring water on the monks, Buddha images, respected elders and other people. The water used is clean water that is mixed with perfume. The water used to splash on ordinary people can be just plain water.

This is the Thai holiday that people pay more attention to than any other. Many people go home to celebrate with their families. Lately, the fun and the tradition of the Songkran Festival has declined somewhat because of the tight economy, but it is still the most important holiday in Thailand.

****

ชีวิตในมหาวิทยาลัยของฉัน

นักเรียนมักจะหมายถึงผู้ที่เรียนในชั้นประถม
ถึงชั้นมัธยม หลังจากจบมัธยมปลายแล้วผู้ที่เข้า
เรียนต่อในชั้นที่สูงขึ้นไปเช่น ในวิทยาลัยหรือ
มหาวิทยาลัยเรียกว่านักศึกษา คนไทยสมัยนี้เรียก
มหาวิทยาลัยโดยย่อว่ามหาลัย

ฉันเข้าเรียนต่อโดยได้รับโควต้าเข้าเรียนต่อ
ในมหาวิทยาลัยขอนแก่น ตอนสอบเข้านั้นจะสอบ
แข่งขันเฉพาะนักเรียนที่อยู่ในภาคอีสานด้วยกัน
มหาวิทยาลัยขอนแก่นเรียกสั้นๆว่า ม.ข. ซึ่งเป็น
มหาวิทยาลัยของรัฐที่ใหญ่ที่สุดในภาคอีสาน
ฉันเลือกเรียนวิชาเอกภาษาอังกฤษและวิชาโท
วรรณคดีตะวันตกที่คณะมนุษยศาสตร์และ
สังคมศาสตร์

ฉันย้ายเข้าไปอยู่หอพักจากบ้านที่จังหวัด
ยโสธรเพื่อไปเรียนต่อที่ขอนแก่น จังหวัดยโสธร

ห่างจากขอนแก่นประมาณเกือบสองร้อยกิโลเมตร
นั่งรถทัวร์ไปประมาณสามชั่วโมง ขอนแก่นอยู่
ศูนย์กลางของภาคอีสานและมหาวิทยาลัยขอน
แก่นมีเนื้อที่กว้างขวางมาก

ที่หอพักเป็นหอพักนักศึกษาหญิง ในห้องนั้น
มีคนพักอยู่สามคน ฉันพักกับรุ่นพี่พยาบาลปีสี่
สองคน เราต้องใช้ห้องน้ำรวมกับคนที่พักห้องอื่น
หอพักที่ฉันอยู่เรียกว่าหอสิบสาม ฉันพักอยู่ชั้นสี่
ซึ่งเป็นชั้นสูงสุดต้องขึ้นบันไดหลายขั้น ทุกคนใช้
โทรศัพท์เครื่องเดียวกัน ดูทีวีเครื่องเดียวกัน
แต่หอพักนี้สะดวกมากเพราะอยู่ติดกับโรงอาหาร
และสามารถเดินไปเรียนที่คณะได้เพียงสิบนาที
เท่านั้น

ตอนเข้าเรียนในช่วงแรกๆจะมีการรับน้อง
ใหม่ รุ่นพี่ที่เข้ามาก่อนจะทดสอบความพยายาม
และความอดทนของรุ่นน้อง ให้ฝึกร้องเพลงเชียร์
ให้เข้าแถวแล้ววิ่งรอบสนามและให้ทำสารพัด

บางทีเหมือนกับเป็นการแกล้งรุ่นน้องมากกว่า
เป็นการทดสอบความอดทน

ทุกปีจะมีการแข่งขันกีฬาระหว่างคณะ
พวกรุ่นน้องจะเป็นคนมาร้องเพลงเชียร์ให้กับ
นักกีฬา ตอนนั้นมหาวิทยาลัยขอนแก่นมีทั้งหมด
สิบห้าคณะ คณะที่เก่งที่สุดคือคณะศึกษาศาสตร์
เพราะว่ามีนักศึกษามากที่สุดและมีภาควิชา
พละศึกษาด้วย คณะของฉันส่วนมากจะมาเป็น
อันดับสี่หรืออันดับห้า

หลังจากกีฬาประจำปีภายในมหาวิทยาลัย
แล้ว ในช่วงระหว่างปิดเทอมในเดือนตุลาคมจะ
มีการแข่งขันกีฬามหาวิทยาลัยซึ่งจะแข่งขันกัน
ระหว่างมหาวิทยาลัยทั่วประเทศ

ในปีหนึ่งและปีสองฉันเป็นนักกีฬาหมาก
ฮอสให้กับทีมขอนแก่น ฉันทำเหรียญทองแดง
และเหรียญเงินให้กับมหาวิทยาลัยและปีที่สี่มี
กีฬาใหม่คือสแคร็บเบิล ฉันก็เปลี่ยนมาเล่น

เกมส์นี้และได้รับเหรียญทอง ทีมขอนแก่นมักจะ
ได้รับเหรียญจากการแข่งขันหมากกระดาน เช่น
หมากรุกสากล หมากรุกไทย หมากฮอสมากกว่า
กีฬาที่ต้องใช้กำลัง ฉันดีใจมากที่มีโอกาสทำ
เหรียญทองให้กับทีมมหาวิทยาลัยขอนแก่น
 หลังจากจบสี่ปีที่ขอนแก่นแล้ว ฉันได้ทุนการ
ศึกษาจากรัฐบาลญี่ปุ่น ให้ไปเรียนปริญญาโท
ฉันเลือกเรียนวิชาสังคมวิทยาที่มหาวิทยาลัย
โกเบ เรียนที่นั่นสี่ปีก่อนที่จะย้ายมาที่อเมริกา

∗ ∗ ∗ ∗ ∗ ∗ ∗ ∗ ∗ ∗ ∗ ∗ ∗

คำศัพท์

โดยย่อ	[โดย-ย่อ]	for short
โควต้า	[โค-ต้า]	quota
วิชา	[วิ-ชา]	subject
เอก	[เอก]	major
โท	[โท]	minor
วรรณกรรม	[วัน-นะ-คะ-ดี]	literature
คณะ	[คะ-นะ]	faculty

มนุษยศาสตร์	[มะ-นุด-สาด, มะ-นุด-สะ-ยะ-สาด]	humanities
สังคมศาสตร์	[สัง-คม-สาด, สัง-คม-มะ-สาด]	social sciences
หอพัก	[หอ-พัก]	dormitory
ห่างจาก	[ห่าง-จาก]	away from
รถทัวร์	[รถ-ทัว]	air-conditioned bus
รุ่นพี่	[รุ่น-พี่]	older friend
รวม	[รวม]	common, shared
บันได	[บัน-ได]	stairs
โรงอาหาร	[โรง-อา-หาน]	cafeteria
เพียง	[เพียง]	only
น้องใหม่	[น้อง-ใหม่]	newcomer
ทดสอบ	[ทด-สอบ]	to test
พยายาม	[พะ-ยา-ยาม]	to make an effort
อดทน	[อด-ทน]	patient
รุ่นน้อง	[รุ่น-น้อง]	younger friend
ฝึก	[ฝึก]	to practice
เชียร์	[เชียร์]	to cheer
เข้าแถว	[เข้า-แถว]	to form a line
รอบ	[รอบ]	around
สนาม	[สะ-หนาม]	field
สารพัด	[สา-ระ-พัด]	of various sorts
แกล้ง	[แกล้ง]	to bully

แข่งขัน	[แข่ง-ขัน]	to compete
นักกีฬา	[นัก-กี-ลา]	athlete
ศึกษาศาสตร์	[สึก-สา-สาด]	education studies
ภาควิชา	[พาก-วิ-ชา]	department
พลศึกษา	[พะ-ละ-สึก-สา]	physical education
อันดับ	[อัน-ดับ]	order, sequence
ปิดเทอม	[ปิด-เทิม]	semester break
ทีม	[ทีม]	team
เหรียญ	[เหรียน]	medal, coin
ทองแดง	[ทอง-แดง]	bronze, copper
เงิน	[เงิน]	silver
ทอง	[ทอง]	gold
หมากฮอส	[หมาก-ฮ้อด]	checkers
สแคร็บเบิล	[สะ-แคร้บ-เบิ้น]	scrabble
หมากกระดาน	[หมาก-กระ-ดาน]	board game
หมากรุก	[หมาก-รุก]	chess
สากล	[สา-กน]	international
กำลัง	[กำลัง]	power, strength
โอกาส	[โอ-กาด]	opportunity
สังคมวิทยา	[สัง-คม-วิด-ทะ-ยา]	sociology
โกเบ	[โก-เบ]	Kobe
ก่อนที่	[ก่อน-ที่]	before
ย้าย	[ย้าย]	to move

ข้อแนะนำในการฝึกหัดเพิ่มเติม

ให้แต่งเรื่องเกี่ยวกับการเรียนในระดับอุดมศึกษาเป็นภาษาไทย
แล้วฝึกอ่านเรื่องที่แต่งให้กับอาจารย์หรือเพื่อนๆ ฟัง

ให้นักเรียนหาคำศัพท์ที่เกี่ยวข้องกับบทความและที่เกี่ยวข้องกับ
การศึกษา เช่นวิชา กีฬาต่างๆ และฝึกใช้คำเหล่านั้นให้ถูกต้อง

ให้ฝึกเล่าเรื่องปากเปล่าตอนสมัยเป็นนักศึกษาเป็นภาษาไทย

My University Life

Nak-rian usually refers to those students who study from elementary school through high school. After finishing high school, students who continue to study at a higher level such as college or university are called *nak-suksa*. Thai people these days call university 'mahalai' for short.

I was able to study at Khon Kaen by receiving a quota. During the exam, there were only students from the Northeast. Khon Kaen University is called *Maw-kaw* for short. It is the biggest state university in the Northeast. I chose English as my major and western literature as my minor subject at the Faculty of Humanities and Social Sciences.

I moved from home in Yasothon to live in a dormitory to study at Khon Kaen. Yasothon Province is about two hundred kilometers from Khon Kaen. It takes about three hours to get there by air-conditioned bus. Khon Kaen is the center of the Northeast and Khon Kaen University is very spacious.

I stayed in a women's dormitory with two older nursing students. There were three people in my room. We had to share bathrooms with students in other rooms. The dormitory where I stayed was called Dorm 13. It was on the fourth floor, which is the top floor, and we had to walk up the stairs. Everybody shared the same telephone and TV, but this dormitory was convenient because it was next to the cafeteria and a short walk to my faculty.

At the beginning of the semester, there was a newcomers welcome party. Older students would test the effort and patience of the younger students. They taught us to sing cheer songs, form a line, run around the field and do anything they wanted. Sometimes I felt like they just wanted to bully younger students rather than test their patience.

Every year there was a sports competition between the faculties. New students would sing cheer songs to encourage the athletes from their faculties. At that time, there were fifteen faculties altogether. The strongest faculty was the Faculty of Education because they had the most students and they had the Department of Physical Education. My faculty usually came in fourth or fifth.

After the annual sports event within the university, there would be the University Games during the break between semesters in October. This was a competition between universities all over the country.

When I was a freshman and a sophomore, I was on the checkers team for Khon Kaen University and got bronze and silver medals for the university. When I was in my senior year, there was a new game called scrabble and I switched to play this game and got a gold medal for my university. Khon Kaen University teams usually got medals from playing board games like international chess, Thai chess and checkers rather than from physical sports. I was very glad to get a chance to win a gold medal for the Khon Kaen University team.

After four years at Khon Kaen University, I received a scholarship from the Japanese government to study for a master's degree in Japan. I chose to study sociology at Kobe University and was there for four years before moving to America.

****

ตัว

มวยไทย

มวยไทยเป็นศิลปการป้องกันตัวอย่างหนึ่ง
ของไทยซึ่งมีตั้งแต่ศตวรรษที่สิบห้าหรือสิบหก
ชาวต่างชาติรู้จักมวยไทยในนามว่าคิกค์บ็อกซิ่ง
เนื่องจากมีการใช้เท้าในการเตะ นอกจากจะใช้
เท้าและหมัดในการชกต่อยแล้ว ยังมีการใช้
ศอกและเข่าอีกด้วย

นักต่อยมวยไทยที่มีชื่อเสียงคนแรกชื่อนาย
ขนมต้มซึ่งถูกจับเป็นเชลยของพม่าในสมัยกรุง
ศรีอยุธยา นายขนมต้มได้อิสรภาพจากการที่
ต่อยชนะนักรบพม่าประมาณสิบคน

นักมวยไทยและครูฝึกมีความใกล้ชิดกัน
มาก นักมวยให้ความเคารพบูชาครูฝึกและจะ
แสดงถึงความเคารพก่อนที่จะทำการต่อสู้ทุกนัด
โดยการรำมวยบนเวทีซึ่งตามปกติใช้เวลา
ประมาณห้านาทีและมีการบรรเลงดนตรีโดยใช้

ปี่ไทย นักมวยแต่ละคนมีท่ารำที่แตกต่างกันไป
　　　ปัจจุบันนี้มวยไทยเป็นที่นิยมในหมู่คนต่าง
ชาติทั้งที่เยี่ยมเมืองไทยและที่อยู่ในต่างประเทศ
บางคนชอบดูเฉยๆ บางคนต้องการที่จะเรียนรู้
มีโรงเรียนสอนมวยไทยหลายแห่งทั่วโลก
　　　เราสามารถชมรายการมวยไทยทางโทร
ทัศน์ได้ซึ่งมีการถ่ายทอดอยู่เป็นประจำและใน
ขณะนี้ชาวไทยสามารถชมรายการมวยไทยและ
รายการต่างๆจากเมืองไทยที่ถ่ายทอดโดยทีวี
ไทยโกลบอลเน็ตเวิร์คสำหรับบ้านที่ติดตั้งจาน
ดาวเทียมเพื่อรับชมรายการจากเมืองไทย

✳ ✳ ✳ ✳ ✳ ✳ ✳ ✳ ✳ ✳ ✳ ✳

คำศัพท์

ศิลป	[สิน-ละ-ปะ]	art
ป้องกัน	[ป้อง-กัน]	to defend, to protect
ศตวรรษ	[สะ-ตะ-วัด]	century
เตะ	[เตะ]	to kick
หมัด	[หมัด]	fist
ชก	[ชก]	to punch
ต่อย	[ต่อย]	to box
ศอก	[สอก]	elbow
เข่า	[เข่า]	knee
เชลย	[ชะ-เลย]	prisoner of war
สมัย	[สะ-ไหม]	period
ครูฝึก	[ครู-ฝึก]	trainer
บูชา	[บู-ชา]	to worship
ต่อสู้	[ต่อสู้]	to fight
นัด	[นัด]	match
เวที	[เว-ที]	stage
บรรเลง	[บัน-เลง]	to play (music)
ปี่	[ปี่]	Thai oboe
ท่า	[ท่า]	style, movement
นิยม	[นิ-ยม]	popular
หมู่	[หมู่]	group

รายการ	[ราย-กาน]	program
ถ่ายทอด	[ถ่าย-ทอด]	to relay, to broadcast
ดาวเทียม	[ดาว-เทียม]	satellite

ข้อแนะนำในการฝึกหัดเพิ่มเติม

ให้นักเรียนที่มีความสามารถสาธิตการชกมวยไทยหรือรำมวย
ไทยให้เพื่อนๆและอาจารย์ดู

ให้นักเรียนพูดถึงกีฬาประจำชาติในประเทศของตน

ให้หาคำศัพท์ที่เกี่ยวข้องกับบทความและฝึกแต่งประโยคโดยใช้
คำเหล่านั้นให้ถูกต้อง

Muay Thai (Thai Boxing)

Muay Thai is a Thai martial art which came into existance in the 15th or 16th century. *Muay Thai* is known by foreigners as 'kick boxing' because it involves kicking. Besides feet and fists, elbows and knees are also used.

The first famous Thai boxer was Mr. Khanom Dtom who was captured as a prisoner of war during the Ayuthaya period. Khanom Dtom received his freedom by defeating about ten Burmese soldiers in hand to hand fighting.

Thai boxers and their trainers are very close to each other. The boxers have great respect for their trainers, which they express before every match by performing a boxing dance in the ring in honor of their trainer. It normally takes about five minutes and is accompanied by music from a *Pii* instrument. Each boxer has different dance movements.

Today, *Muay Thai* is popular among foreigners, both visitors and those overseas. Some only like to watch. Some want to learn. There are many Thai boxing schools all over the world.

Muay Thai programs are broadcast regularly on television. Now Thai people abroad who have installed a special satellite dish can watch Thai boxing shows and other programs from Thailand that are broadcast via the Thai TV Global Network.

****

ศาสนาในประเทศไทย

คนไทยมากกว่าร้อยละเก้าสิบนับถือศาสนา
พุทธนิกายหินยานซึ่งเป็นนิกายที่นับถือและ
ปฏิบัติกันในกลุ่มประเทศเอเชียอาคเนย์ได้แก่
ประเทศไทย ลาว พม่าและเขมร ส่วนอีกนิกาย
หนึ่งของศาสนาพุทธเรียกว่านิกายมหายานซึ่ง
นับถือและปฏิบัติกันในกลุ่มประเทศทางทิศ
เหนือของไทยและในกลุ่มประเทศในเอเชียตะวัน
ออกได้แก่ ประเทศเนปาล ธิเบต จีน เกาหลี
มองโกเลีย เวียดนามและญี่ปุ่น
ศาสนาพุทธนิกายหินยานเน้นในหลักของ
การมีชีวิตอยู่สามประการด้วยกันคือ ทุกข์
อนิจจาและอนัตตา ทุกข์คือความไม่สบายกาย
ไม่สบายใจ อนิจจาคือความไม่เที่ยง ความไม่
คงที่ และอนัตตาคือความไม่มีตัวตน ผู้ค้นพบ
สัจธรรมนี้และเป็นศาสดาหรือผู้ให้กำเนิดศาสนา

พุทธคือ พระสัมมาสัมพุทธเจ้าซึ่งมีนามเดิมว่า เจ้าชายสิทธัตถะ ศาสนาพุทธมีกำเนิดในประเทศอินเดียประมาณหกศตวรรษก่อนคริสต์ศักราช

เจ้าชายสิทธัตถะได้สละราชสมบัติและได้เข้าบำเพ็ญทุกกรกริยาในป่าเป็นเวลาหกปี จนกระทั่งตรัสรู้เป็นพระอรหันต์ พระพุทธเจ้าได้กล่าวเน้นถึงความจริงอย่างประเสริฐสี่ประการหรือเรียกว่าอริยสัจสี่ซึ่งได้แก่

๑. ทุกข์ คือความไม่สบายกายสบายใจ สภาพที่ทนอยู่ได้ยาก

๒. สมุทัย คือเหตุให้เกิดทุกข์ซึ่งได้แก่ ตัณหา

๓. นิโรธ คือความดับทุกข์หรือดับตัณหาได้สิ้นเชิง ภาวะปลอดทุกข์

๔. มรรค คือหนทางในการดับทุกข์ซึ่งมีองค์ ๘ ประการด้วยกัน เรียกสั้นๆว่ามรรคแปด มีดังต่อไปนี้

๔.๑ สัมมาทิฏฐิ – เห็นชอบ

๔.๒ สัมมาสังกัปปะ – ดำริชอบ

๔.๓ สัมมาวาจา – เจรจาชอบ

๔.๔ สัมมากัมมันตะ – ทำการชอบ

๔.๕ สัมมาอาชีวะ – เลี้ยงชีพชอบ

๔.๖ สัมมาวายามะ – เพียรชอบ

๔.๗ สัมมาสติ – ระลึกชอบ

๔.๘ สัมมาสมาธิ – ตั้งจิตมั่นชอบ

ชาวพุทธบางคนเชื่อในเรื่องการปฏิบัติ
ตามทางสายกลางหรือเรียกว่ามัชฌิมาปฏิปทา
คือการปฏิบัติที่ไม่หย่อนจนเกินไปและไม่ตึงจน
เกินไป จุดหมายสูงสุดในพุทธศาสนาคือการ
เข้าถึงนิพพานซึ่งหมายถึงการดับกิเลสและกอง
ทุกข์

คนไทยที่เคร่งในศาสนาพุทธถือศีลห้าเป็น
หลักในการดำเนินชีวิตประจำวัน ศีลห้าเป็นข้อ
ห้ามที่ควรละเว้น ได้แก่

๑. เว้นจากการฆ่าสัตว์

๒. เว้นจากการลักทรัพย์

๓. เว้นจากการประพฤติผิดในกาม

๔. เว้นจากการพูดเท็จ

๕. เว้นจากการดื่มสุราหรือบริโภค
   ของมึนเมา

คนธรรมดาสามัญมักถือเฉพาะศีล ๕
ยกเว้นบางโอกาสจะรักษาศีล ๘ ผู้ที่รักษาศีล ๘
คือแม่ชี ศีล ๑๐ สำหรับสามเณรและศีล ๒๒๗
สำหรับพระภิกษุ

ศาสนาที่คนไทยนับถือรองจากศาสนาพุทธ
คือศาสนาอิสลามที่คาดว่ามีประมาณร้อยละสี่
ของประชากรของประเทศ ที่เหลือคือผู้นับถือ
ศาสนาคริสต์ ฮินดูและลัทธิต่างๆ ประเทศไทย
ให้สิทธิเสรีภาพกับทุกคนในการนับถือศาสนา
เพราะทุกศาสนาสอนให้คนเป็นคนดี

****

คำศัพท์

นิกาย	[นิ-กาย]	sect
หินยาน	[หิน-นะ-ยาน]	the Hinayana
มหายาน	[มะ-หา-ยาน]	the Mahayana
ปฏิบัติ	[ปะ-ติ-บัด]	to practice
ได้แก่	[ได้-แก่]	such as
เน้น	[เน้น]	to emphasize
หลัก	[หลัก]	principle
ประการ	[ประ-กาน]	way, respect
ทุกข์	[ทุก]	suffering, misery
อนิจจา	[อะ-นิด-จา]	impermanence
อนัตตา	[อะ-นัด-ตา]	unsubstantial
เที่ยง	[เที่ยง]	stable
คงที่	[คง-ที่]	permanent
สัจธรรม	[สัด-จะ-ทำ]	truth
ศาสดา	[สาด-สะ-ดา]	founder of a religion
กำเนิด	[กำ-เหนิด]	to procreate
คริสต์ศักราช	[คริด-สัก-กะ-หลาด]	Christian Era, A.D.
สละ	[สะ-หละ]	to renounce
ราชสมบัติ	[ราด-ชะ-สม-บัด]	wealth, property
บำเพ็ญ	[บำ-เพ็น]	to perform
ทุกกรกริยา	[ทุก-กะ-ระ- กะ-ริ-ยา]	penance and self- torment

ตรัสรู้	[ตรัด-สะ-รู้]	to be enlightened
อรหันต์	[ออ-ระ-หัน]	the Arahat
ประเสริฐ	[ประ-เสิด]	excellent, noted
อริยสัจ	[อะ-ริ-ยะ-สัด]	noble truth
สมุทัย	[สะ-หมุ-ไท]	Cause of Suffering
นิโรธ	[นิ-โรด]	Cessation of Suffering
มรรค	[มัก]	the Path
สภาพ	[สะ-พาบ]	condition
ทน	[ทน]	to tolerate
เหตุ	[เหด]	cause
ตัณหา	[ตัน-หา]	lust, passion, desire
สิ้นเชิง	[สิ้น-เชิง]	completely, totally
ภาวะ	[พา-วะ]	state, condition
ปลอด	[ปลอด]	to be free, to be clear
ดับ	[ดับ]	to eliminate
องค์	[อง]	part, body
ชอบ	[ชอบ]	right
สัมมา	[สัมมา]	right, proper, best
ทิฏฐิ	[ทิด-ถิ]	understanding
เห็น	[เห็น]	to see
สังกัปปะ	[สัง-กับ-ปะ]	mindfulness
ดำริ	[ดำ-หริ]	to consider
วาจา	[วา-จา]	speech

เจรจา	[เจ-ระ-จา]	to confer
กัมมันตะ	[กัม-มัน-ตะ]	bodily conduct
ทำการ	[ทำ-กาน]	to act
อาชีวะ	[อา-ชี-วะ]	livelihood
เลี้ยงชีพ	[เลี้ยง-ชีบ]	to make a living
วายามะ	[วา-ยา-มะ]	effort
เพียร	[เพียน]	to persevere
สติ	[สะ-ติ]	attentiveness
ระลึก	[ระ-ลึก]	to call to mind
สมาธิ	[สะ-มา-ทิ]	concentration
ตั้งจิตมั่น	[ตั้ง-จิด-มั่น]	to concentrate
ทางสายกลาง	[ทาง-สาย-กลาง]	the Middle Way
หย่อน	[หย่อน]	loose
ตึง	[ตึง]	tight
จุดมุ่งหมาย	[จุด-มุ่ง-หมาย]	goal, destination
นิพพาน	[นิบ-พาน]	Nirvana
กิเลส	[กิ-เหลด]	lust
เคร่ง	[เคร่ง]	strict
ถือ	[ถือ]	to bear
ศีล	[สีน]	precept
ข้อห้าม	[ข้อ-ห้าม]	prohibition
(ละ)เว้น	[ละ-เว้น]	to refrain, to abstain
ฆ่า	[ข้า]	to kill

ลักทรัพย์	[ลัก-ซับ]	to steal
ประพฤติ	[ประ-พึด]	to conduct
กาม	[กาม]	sexual desire
พูดเท็จ	[พูด-เท็ด]	to lie
สุรา	[สุ-รา]	alcohol
บริโภค	[บอ-ริ-โพก]	to consume
มึนเมา	[มึน-เมา]	intoxicant
รักษา	[รัก-สา]	to keep
แม่ชี	[แม่-ชี]	nun
สามเณร	[สาม-มะ-เนน]	novice
พระภิกษุ	[พระ-พิก-สุ]	Buddhist monk
ร้อยละ	[ร้อย-ละ]	percent
ที่เหลือ	[ที่-เหลือ]	the rest
ลัทธิ	[ลัด-ทิ]	doctrine

ข้อแนะนำในการฝึกหัดเพิ่มเติม

ให้นักเรียนพยายามทำความเข้าใจถึงหลักการของศาสนาพุทธ

ให้อธิบายหลักการของศาสนาของตนและเปรียบเทียบกับหลัก
การของศาสนาพุทธ

Religions in Thailand

More than 90% of Thai citizens are Hinayana Buddhists. Hinayana is a Buddhist sect that is followed in some countries of Southeast Asia, including Thailand, Laos, Burma and Cambodia. The other sect of Buddhism is Mahayana, which is followed in some countries to the north of Thailand and other countries in East Asia, including Nepal, Tibet, China, Korea, Mongolia, Vietnam and Japan.

Hinayana Buddhism emphasizes the three principles of existence: *dukkha, anicca* and *anatta*. Dukkha is disease and suffering. Anicca is impermanence, transience. Anatta is non-substantiality. The person who founded Buddhism was the Lord Buddha, whose former name was Prince Siddhartha. Buddhism originated in India about six centuries before the Christian era.

Prince Siddhartha renounced his wealth and gave himself up to penance and self-torment in a forest for six years until he reached enlightenment and became the Arahat. Lord Buddha stressed four noble truths:

1. Dukkha is suffering and conditions that are difficult to tolerate.

2. Samuthai, the cause of dukkha, is desire.

3. Niroth is the cessation of samuthai (desire) and, hence, of dukkha (suffering).

4. Makka is the path to eliminate dukkha. It consists of eight factors and is called 'Makka Bpaet' (the eight-fold path) for short.

> 4.1 Right understanding
> 4.2 Right thought
> 4.3 Right speech
> 4.4 Right action
> 4.5 Right livelihood
> 4.6 Right effort
> 4.7 Right mindfulness
> 4.8 Right concentration

Many Buddhists believe in following the middle path, or *Matchimapatipatha,* which is a practice that is not too loose or too strict. The ultimate goal in Budhism is to reach Nirvana by the total elimination of desire and dukkha.

Thais who are strict Buddhists live their every day lives according to the principles of the Five Precepts. The Five Precepts are prohibitions as follows:

1. Abstain from killing
2. Abstain from stealing
3. Abstain from committing adultery
4. Abstain from lying
5. Abstain from drinking alcohol or consuming intoxicants

Normal lay people generally follow only the Five Precepts, although some adopt the practice of Eight Precepts. Nuns follow Eight Precepts, novices Ten Precepts and monks 227 Precepts.

The second largest religion in Thailand after Buddhism is Islam which is followed by an estimated four percent of the country's population. The rest practice Christianity, Hinduism and other doctrines. Thailand gives religious freedom to everyone because every religion teaches one to be a good person.

****

วันลอยกระทง

ประเพณีลอยกระทงของไทยเริ่มมีมาตั้งแต่
สมัยกรุงสุโขทัยและได้สืบทอดต่อมาจนถึงปัจจุบัน
โดยไม่ขาดระยะ การลอยกระทงเป็นการบูชา
องค์พระศาสดาและเป็นการขอขมาและรำลึกถึง
พระคุณของแม่คงคา

ลอยกระทงเป็นประเพณีที่ประสานความ
เชื่อถือของศาสนาพุทธและศาสนาพราหมณ์เข้า
ด้วยกัน ตำนานทางศาสนาพุทธเล่ากันว่าเมื่อ
พระพุทธเจ้าได้ทรงเสด็จไปแสดงธรรมยังเมือง
นาค พญานาคได้ศรัทธาพุทธศาสนาอย่างแรง
กล้า จึงทูลขอสิ่งที่จะทำไว้บูชาแทนพระองค์
พระพุทธเจ้าจึงได้ประทับรอยพระบาทเอาไว้
ที่ริมฝั่งน้ำ

ส่วนตำนานของศาสนาพราหมณ์เล่ากันว่า
การลอยกระทงเป็นการบูชาพระนารายณ์ซึ่ง

เป็นเทพเจ้าองค์หนึ่ง เชื่อกันว่ากระทงจะลอย
ตามกระแสน้ำสู่ทะเลน้ำนมอันเป็นที่ประทับ
        เมื่อวันเพ็ญเดือนสิบสองมาถึง น้ำจะล้น
ฝั่งเพื่อรับประเพณีลอยกระทงของไทย จะมี
การตกแต่งกระทงกันอย่างงดงามด้วยใบตอง
ดอกไม้ ธูปเทียนและสิ่งประดิษฐ์ต่างๆ บางคนก็
จะใส่เงินลงในกระทงเพื่อเป็นความหมายของ
การเสียสละและการอุทิศทาน ผู้ลอยกระทงจะ
ยกกระทงขึ้นเหนือหัวพร้อมธูปเทียนที่จุดอย่าง
สว่างไสวและจะอธิษฐานก่อนที่จะปล่อยให้
ลอยไปตามกระแสน้ำและลม
        วันลอยกระทงเป็นวันที่หนุ่มสาวรอคอย
เพื่อที่จะปล่อยกระทงร่วมกัน หลายคู่ตั้งจิต
อธิษฐานขอให้ได้เป็นคู่ครองของกันและกัน

เพลงวันลอยกระทง

วันเพ็ญเดือนสิบสอง   น้ำก็นองเต็มตลิ่ง
เราทั้งหลายชายหญิง   สนุกกันจริง
วันลอยกระทง   ลอยลอยกระทง (ซ้ำ)
ลอยกระทงกันแล้ว   ขอเชิญน้องแก้ว
ออกมารำวง   รำวงวันลอยกระทง (ซ้ำ)
บุญจะส่งให้เราสุขใจ (ซ้ำ)

✂ ✂ ✂ ✂ ✂ ✂ ✂ ✂ ✂ ✂ ✂ ✂

คำศัพท์

ลอย	[ลอย]	to float
กระทง	[กระ-ทง]	krathong
สืบทอด	[สืบ-ทอด]	to pass down
ไม่ขาดระยะ	[ไม่-ขาด-ระ-ยะ]	continuously
บูชา	[บู-ชา]	to worship
ขมา	[ขะ-มา]	apology
รำลึก	[รำ-ลึก]	to pay tribute
พระคุณ	[พระ-คุณ]	gratefulness
แม่คงคา	[แม่-คง-คา]	the Mother River

ประสาน	[ประ-สาน]	to join
เชื่อถือ	[เชื่อ-ถือ]	belief
พราหมณ์	[พราม]	Brahman
ตำนาน	[ตำ-นาน]	annals, tale
เล่า	[เล่า]	to tell a story
เสด็จ✕	[สะ-เด็ด]	to proceed, to go
ธรรม	[ทำ]	Dharma
พญานาค	[พะ-ยา-นาก]	naga
ศรัทธา	[สัด-ทา]	faith
แรงกล้า	[แรง-กล้า]	strongly
ทูลขอ	[ทูน-ขอ]	to ask, to demand
ประทับ✕	[ประ-ทับ]	to engrave
รอย	[รอย]	print
พระบาท✕	[พระ-บาด]	foot
ริม	[ริม]	edge
ฝั่งน้ำ	[ฝั่ง]	river bank
พระนารายณ์	[พระ-นา-ราย]	Vishnu
เทพเจ้า	[เท้บ-พระ-จ้าว]	god
กระแส	[กระ-แส]	current
ล้น	[ล้น]	to overflow
ตกแต่ง	[ตก-แต่ง]	to decorate
งดงาม	[งด-งาม]	beautiful
ใบตอง	[ใบ-ตอง]	banana leaf

ดอกไม้	[ดอก-ไม้]	flower
ธูป	[ทูบ]	incense
เทียน	[เทียน]	candle
สิ่งประดิษฐ์	[สิ่ง-ประ-ดิด]	decoration
ความหมาย	[ความ-หมาย]	meaning
เสียสละ	[เสีย-สะ-หละ]	to sacrifice, to devote
อุทิศ	[อุ-ทิด]	to donate
ทาน	[ทาน]	alms
ยก	[ยก]	to raise
ไสว	[สะ-ไหว]	bright
อธิษฐาน	[อะ-ทิด-ถาน]	to make a wish
ปล่อย	[ปล่อย]	to release, to let go
ลม	[ลม]	wind
หนุ่มสาว	[หนุ่ม-สาว]	young people
ร่วม	[ร่วม]	to join
คู่	[คู่]	couple
ตั้งจิต	[ตั้ง-จิด]	to concentrate one's mind
คู่ครอง	[คู่-ครอง]	spouse, mate
วันเพ็ญ	[วัน-เพ็น]	full moon
เดือนสิบสอง	[เดือน-สิบ-สอง]	the 12th month
น้ำก็นอง	[น้ำ-ก็-นอง]	high water
เต็มตลิ่ง	[เต็ม-ตะ-หลิ่ง]	to overflow the banks
เราทั้งหลาย	[เรา-ทั้ง-หลาย]	all of us together

ชายหญิง	[ชาย-หยิง]	men and women
ขอเชิญ	[ขอ-เชิน]	to invite
น้องแก้ว	[น้อง-แก้ว]	my dear
รำวง	[รำ-วง]	dance, *ramwong*
บุญ	[บุน]	merit
สุขใจ	[สุก-ใจ]	happy

*ราชาศัพท์(royal language)

ข้อแนะนำในการฝึกหัดเพิ่มเติม

ให้ฝึกร้องเพลงลอยกระทงจนจำได้ขึ้นใจ

ให้นักเรียนหัดฟ้อนรำวง

ให้นักเรียนหาคำศัพท์ที่เกี่ยวข้องกับบทความและที่เกี่ยวข้องกับประเพณีไทยอื่นๆ แล้วฝึกใช้คำเหล่านั้นให้ถูกต้อง

Loy Krathong Day

Thailand's Loy Krathong [pronounced "gra-tong"] festival originated in the Sukhothai period and has been continuously practiced until the present day. The Loy Krathong festival worships Lord Buddha and apologizes and pays tribute to the Mother River.

Loy Krathong is a tradition that combines the beliefs of Buddhism and Hinduism. The Buddhist tale tells that when Lord Buddha went to teach Dharma in the land of Naga, the king of Naga became a devout follower and asked Lord Buddha to leave something behind to remember him by. Lord Buddha, therefore, left his footprint at the bank of the river.

The Hindu tale holds that Loy Krathong worships Vishnu, who is one of the gods. It is believed that the krathongs will float along the water and be carried by its current to the milky sea where he resides.

When the full moon of the 12th month arrives, the water often overflows the river banks to welcome the Loy Krathong festival. There will be beautiful *krathongs* decorated with banana leaves, flowers, incense, candles and other ornaments. Some people put money in the krathongs as an offering. People raise brightly lit krathongs over their heads and make a wish before letting them float along with the wind and the current of the water.

Loy Krathong is a day that young people wait for in order to float krathongs together. Many couples make a wish to be each other's spouse.

Loy Krathong Song

The water overflows the banks on the full moon of the twelfth month. We all, both men and women, really have fun on Loi Krathong day. After we finish launching krathongs I would like to invite you, my dear, to dance ramwong and the merit we have made on this day will bring us happiness.

****

ภาษาไทย

ภาษาไทยเป็นภาษาประจำชาติของประ
เทศไทยและเป็นภาษาราชการ ภาษาไทยเป็น
ภาษาที่เก่าแก่มีมาช้านาน เป็นภาษาที่มีเสียง
สูงต่ำ แต่ละพยางค์มีระดับเสียงของตนเอง มีทั้ง
หมดห้าระดับเสียงด้วยกันคือ เสียงสามัญ เสียง
เอก เสียงโท เสียงตรีและเสียงจัตวา การออก
เสียงสำหรับแต่ละพยางค์ผิดพลาดอาจจะทำให้
ไม่สามารถเข้าใจคำนั้นๆได้

ภาษาไทยอยู่ในกลุ่มภาษาที่มีพยางค์เดียว
ซึ่งคล้ายกับภาษาจีน มีการยืมคำจากภาษาอื่น
มากมายโดยเฉพาะภาษาบาลี สันสกฤตและ
ภาษาของประเทศเพื่อนบ้านอื่นๆ

อักษรไทยมีขึ้นในสมัยที่กรุงสุโขทัย พ่อขุน
รามคำแหงมหาราชเป็นผู้ประดิษฐ์อักษรไทยขึ้น
เมื่อปีพ.ศ. ๑๘๒๖ หรือปีค.ศ. ๑๒๘๓ อักษร

ไทยมีการวิวัฒนาการมาเรื่อยๆ ปัจจุบันมีพยัญชนะทั้งสิ้น ๔๔ ตัวและสระ ๓๒ รูป

พยัญชนะหรือบางครั้งเรียกว่าอักษรไทยแบ่งเป็นสามกลุ่มคือ อักษรสูง อักษรกลางและอักษรต่ำ ส่วนสระของไทยแบ่งออกเป็นสระเสียงสั้นและเสียงยาว ภาษาไทยมีตัวอักษรมากทำให้ยากต่อการจดจำ พยัญชนะไทยทุกตัวมีชื่อของตัวเองเพื่อแยกแยะไม่ให้สับสนกับพยัญชนะตัวอื่น นักเรียนไทยส่วนมากจะใช้การท่องจำแบบสัมผัสเพื่อที่จะจดจำพยัญชนะให้ได้ขึ้นใจโดยท่องกลอนสี่ข้างล่างนี้

ก เอ๋ย ก ไก่	ข ไข่ ในเล้า
ฃ ขวด ของเรา	ค ควาย เข้านา
ฅ คน ขึงขัง	ฆ ระฆัง ข้างฝา
ง งู ใจกล้า	จ จาน ใช้ดี
ฉ ฉิ่ง ตีดัง	ช ช้าง วิ่งหนี

ซ โซ่ ล่ามที	ฌ เฌอ คู่กัน
ญ หญิง โสภา	ฎ ชฎา สวมพลัน
ฏ ปฏัก หุนหัน	ฐ ฐาน เข้ามารอง
ฑ มณโฑ หน้าขาว	ฒ ผู้เฒ่า เดินย่อง
ณ เณร ไม่มอง	ด เด็ก ต้องนิมนต์
ต เต่า หลังตุง	ถ ถุง แบกขน
ท ทหาร อดทน	ธ ธง คนนิยม
น หนู ขวักไขว่	บ ใบไม้ ทับถม
ป ปลา ตากลม	ผ ผึ้ง ทำรัง
ฝ ฝา ทนทาน	พ พาน วางตั้ง
ฟ ฟัน สะอาดจัง	ภ สำเภา กางใบ
ม ม้าคึกคัก	ย ยักษ์ เขี้ยวใหญ่
ร เรือ พายไป	ล ลิง ไต่ราว
ว แหวน ลงยา	ศ ศาลา เงียบเหงา
ษ ฤาษี หนวดยาว	ส เสือ ดาวคะนอง
ห หีบ ใส่ผ้า	ฬ จุฬา ท่าผยอง
อ อ่าง เนืองนอง	ฮ นกฮูก ตาโต

การที่ชาวต่างประเทศสามารถฟังพูดอ่าน
เขียนภาษาไทยได้จะทำให้เข้ากับคนไทยได้ดี
ยิ่งขึ้นและจะเข้าใจวัฒนธรรมและขนบธรรม
เนียมประเพณีไทยได้อย่างลึกซึ้งขึ้น

✳ ✳ ✳ ✳ ✳ ✳ ✳ ✳ ✳ ✳ ✳ ✳

คำศัพท์

ประจำ	[ประ-จำ]	standing, perpetually
ชาติ	[ชาด]	nation
ช้านาน	[ช้า-นาน]	a long time
เสียง	[เสียง]	sound
เสียงสูงต่ำ	[เสียง-สูง-ต่ำ]	tonal
พยางค์	[พะ-ยาง]	syllable
ระดับ	[ระ-ดับ]	level
สามัญ	[สา-มัน]	mid (tone)
เอก	[เอก]	low (tone)
โท	[โท]	falling (tone)
ตรี	[ตรี]	high (tone)
จัตวา	[จัด-ตะ-วา]	rising (tone)
ผิดพลาด	[ผิด-พลาด]	mistake
ยืม	[ยืม]	to borrow

บาลี	[บา-ลี]	Pali
สันสกฤต	[สัน-สะ-กริด]	Sanskrit
อักษร	[อัก-สอน]	alphabet
ประดิษฐ์	[ประ-ดิด]	to invent
พ.ศ.	[พอ-สอ]	B.E.
ค.ศ.	[คอ-สอ]	A.D.
วิวัฒนาการ	[วิ-วัด-ทะ-นา-กาน]	to evolve
เรื่อยๆ	[เรื่อย-เรื่อย]	continuously
พยัญชนะ	[พะ-ยัน-ชะ-นะ]	consonant
ทั้งสิ้น	[ทั้ง-สิ้น]	altogether
แยกแยะ	[แยก-แยะ]	to differentiate
สับสน	[สับ-สน]	to be confused
ท่องจำ	[ท่อง-จำ]	to memorize
สัมผัส	[สำ-ผัด]	to rhyme
ขึ้นใจ	[ขึ้น-ใจ]	by heart
ท่อง	[ท่อง-จำ]	to recite
กลอน	[กลอน]	verse
เอ๋ย	[เอ๋ย]	particle used after calling someone
เล้า	[เล้า]	hen house
ขึงขัง	[ขึง-ขัง]	energetic
ระฆัง	[ระ-คัง]	bell
ฝา	[ฝา]	wall
ใจกล้า	[ใจ-กล้า]	brave

ฉิ่ง	[ฉิ่ง]	cymbal
ดัง	[ดัง]	loud
วิ่งหนี	[วิ่ง-หนี]	to run away
โซ่	[โซ่]	chain
ล่าม	[ล่าม]	to tie up
เฌอ	[เชอ]	a kind of tree
คู่กัน	[คู่-กัน]	to come in a pair
โสภา	[โส-พา]	beautiful
ชฎา	[ชะ-ดา]	a kind of crown
สวมพลัน	[สวม-พลัน]	to put on
ปฏัก	[ปะ-ตัก]	a kind of spear
หุนหัน	[หุน-หัน]	impetuous
ฐาน	[ถาน]	base
รอง	[รอง]	to place beneath
เฒ่า	[เถ้า]	old
ย่อง	[ย่อง]	to walk quietly
เณร	[เนน]	novice
นิมนต์	[นิ-มน]	to invite (monk, etc.)
ตุง	[ตุง]	bulging
แบก	[แบก]	to carry, to shoulder
ขน	[ขน]	to carry
อดทน	[อด-ทน]	patient
นิยม	[นิ-ยม]	popular

ขวักไขว่	[ขวัก-ไขว่]	to come and go
ใบไม้	[ใบ-ไม้]	leaf
ทับถม	[ทับ-ถม]	to pile up
กลม	[กลม]	round
ผึ้ง	[ผึ้ง]	bee
ฝา	[ฝา]	lid
ทนทาน	[ทน-ทาน]	to last long
พาน	[พาน]	tray
วาง	[วาง]	to put
ตั้ง	[ตั้ง]	to set
สะอาด	[สะ-อาด]	clean
กางใบ	[กาง-ใบ]	to set sail
คึกคัก	[คึก-คัก]	lively
ยักษ์	[ยัก]	giant
เขี้ยว	[เขี้ยว]	fang
พาย	[พาย]	to row
ไต่	[ไต่]	to climb
ราว	[ราว]	rail, rod
ลงยา	[ลง-ยา]	enamelled
ศาลา	[สา-ลา]	pavillion
ฤๅษี	[รือ-สี]	hermit
เสือ	[เสือ]	tiger
เสือดาว	[เสือ-ดาว]	leopard

คะนอง	[คะ-นอง]	jubilant, playful
หีบ	[หีบ]	box
ผ้า	[ผ้า]	clothes
จุฬา	[จุ-ลา]	a kind of kite
ท่าผยอง	[ท่า-ผะ-หยอง]	arrogant
อ่าง	[อ่าง]	basin
เนืองนอง	[เนือง-นอง]	abundant
นกฮูก	[นก-ฮูก]	owl
โต	[โต]	big

ข้อแนะนำในการฝึกหัดเพิ่มเติม

ให้นักเรียนท่องจำพยัญชนะไทยให้ได้ตามลำดับที่ถูกต้อง

ให้นักเรียนทบทวนอักษรไทยทั้งสามระดับ

ให้นักเรียนฝึกหัดการเปิดพจนานุกรมไทยเพื่อค้นหาความหมาย
ของคำที่ต้องการ

Thai Language

Thai is the official language of Thailand. It is monosyllabic like Chinese and a tonal language with five tones. Each syllable is pronounced with a mid, low, falling, high or rising tone. Mispronouncing the tone of a word or syllable may make it unintelligible. There are many borrowed words from other languages, especially Pali, Sanskrit and other languages from neighboring countries.

The Thai alphabet came into existence during the Sukhothai period. King Phokhun Ramkhamhaeng the Great invented the Thai alphabet in B.E. 1826 or 1283 A.D. It has evolved continuously since then. At present there are 44 consonants and 32 vowels.

Thai consonants are called 'Aksorn Thai' and are divided into three groups: high consonants, mid consonants and low consonants. Thai vowels are divided into two categories— long and short. Perhaps because it is difficult to memorize so many consonants, each has its own name to differentiate itself from other consonants. Most Thai students recite the verse below in order to memorize the consonants by heart:

[Verse for the 44 Thai consonants]

Foreigners who can understand, speak, read and write Thai can communicate with Thai people more easily and will understand the culture and traditions of Thailand more deeply.

****

๙๐

ภูมิอากาศของประเทศไทย

ประเทศไทยแบ่งเป็นฤดูใหญ่ๆทั่วไปได้
สามฤดู ฤดูร้อนเริ่มจากเดือนมีนาคมถึงเดือน
มิถุนายน ฤดูฝนเริ่มจากเดือนกรกฎาคมถึง
เดือนตุลาคม และฤดูหนาวหรือฤดูแล้งเริ่มจาก
เดือนพฤศจิกายนถึงเดือนกุมภาพันธ์ บางแห่ง
ฤดูฝนอาจเริ่มตั้งแต่เดือนพฤษภาคม ทั้งนี้ขึ้นอยู่
กับลมมรสุมในแต่ละปี ภาคใต้ของไทยมีฝนตก
ชุกกว่าภาคอื่นๆ

อากาศในประเทศไทยส่วนใหญ่มีความชื้น
ในอากาศสูงยกเว้นในบริเวณภูเขาสูงในเขตภาค
เหนือ อุณหภูมิในกรุงเทพและภาคกลางโดย
ทั่วไปจะอยู่ในระดับสามสิบองศาเซลเซียส

อุณหภูมิในประเทศแตกต่างกันไปในแต่
ละภาค ภาคใต้ของไทยมีอุณหภูมิเฉลี่ยไม่แตก
ต่างกันมากตลอดทั้งปี ภาคกลางค่อนข้างจะมี

อากาศร้อนมากกว่าอากาศหนาว บางแห่งใน
ภาคกลางแทบจะไม่มีอากาศหนาว ถ้าหนาว
ก็มักจะหนาวเพียงไม่กี่วัน ส่วนภาคเหนือและ
ภาคอีสานมีทั้งร้อน หนาวและฝน ภาคอีสาน
เป็นภาคที่แห้งแล้งที่สุดในประเทศไทย บริเวณ
ภูเขาในภาคเหนือและภาคอีสานมีอากาศหนาว
จัดในฤดูหนาว บางครั้งถึงกับมีผู้เสียชีวิตเนื่อง
จากอากาศหนาวและไม่มีปัจจัยสี่เพียงพอ
เดือนที่หนาวที่สุดคือเดือนธันวาคมและเดือน
มกราคม ส่วนเดือนที่ร้อนที่สุดคือเดือนเมษายน

✳ ✳ ✳ ✳ ✳ ✳ ✳ ✳ ✳ ✳ ✳ ✳

คำศัพท์

ภูมิอากาศ	[พู-มิ-อา-กาด]	climate
แบ่ง	[แบ่ง]	to divide
ฤดู	[รึ-ดู]	season
แล้ง	[แล้ง]	dry
มรสุม	[มอ-ระ-สุม]	monsoon
ภาค	[พาก]	region
ชุก	[ชุก]	plentiful
ความชื้น	[ความ-ชื้น]	humidity
องศา	[อง-สา]	degree
เซลเซียส	[เซ็น-เซียด]	celcius
อุณหภูมิ	[อุน-หะ-พูม]	temperature
เฉลี่ย	[ฉะ-เหลี่ย]	average
ค่อนข้าง	[ค่อน-ข้าง]	rather
แทบ	[แทบ]	almost
เสียชีวิต	[เสีย-ชี-วิด]	to lose one's life
เนื่องจาก	[เนื่อง-จาก]	due to
ปัจจัย	[ปัด-ไจ]	source

ข้อแนะนำในการฝึกหัดเพิ่มเติม

ให้นักเรียนใช้แผนที่และชี้ส่วนต่างๆของประเทศไทยให้ถูกต้อง

ให้นักเรียนเปรียบเทียบภูมิอากาศของประเทศไทยกับภูมิอากาศ
ของประเทศของตน

ให้ทบทวนชื่อเดือนของไทยอีกครั้งและจำให้ได้ขึ้นใจ

ให้นักเรียนแสดงความคิดเห็นเกี่ยวกับอากาศในส่วนต่างๆของ
ประเทศไทยและอธิบายว่านักเรียนชอบหรือไม่ชอบอากาศบริเวณ
ใดบ้างของประเทศไทย

Climate of Thailand

Thailand generally divides the year into three main seasons. The hot season goes from March to June; the rainy season from July to October; and the cold or dry season from November to February. In some areas the rainy season may start in May. This depends on each year's monsoon. The southern part of Thailand has more rain than other regions.

The climate in Thailand is very humid except for the high mountain areas in the North. Temperatures in Thailand vary from region to region. The South of Thailand has an average temperature that stays fairly constant throughout the year. The Central region is rather hot with some parts hardly getting any cold weather at all. When it is cold, it is only cold for a few days. The temperature in Bangkok and the Central region is usually in the 30 degree celcius range. In the North and Northeast there are hot, cold and rainy seasons. The Northeast is the driest region in Thailand. Mountain areas in the North and Northeast are extremely cold in the cold season. Sometimes there are people who lose their lives from the cold weather due to lack of shelter, food or proper clothing. The coldest months are December and January. The hottest month is April.

****

ๆ๕

ชาวเขาเผ่าต่างๆในประเทศไทย

ชาวเขาเป็นชนกลุ่มน้อยที่อาศัยอยู่ตามภู
เขาในภาคเหนือและภาคตะวันตกของประเทศ
ไทย ชาวเขามีหลายเผ่าซึ่งแต่ละเผ่ามีภาษา
วัฒนธรรม ประเพณี การแต่งกายและความเชื่อ
ต่างๆเป็นของตนเอง

    ชาวเขาส่วนใหญ่อพยพสู่ประเทศไทยจาก
ประเทศธิเบต พม่า จีนและลาวเมื่อหลายร้อย
ปีมาแล้ว สถาบันวิจัยชาวเขาแห่งเชียงใหม่คาด
ว่าอาจจะมีชาวเขาถึงยี่สิบเผ่าในประเทศไทย
และมีประชากรมากกว่าหกแสนคน

    ชาวเขาเผ่าใหญ่ๆในประเทศไทยมีหกเผ่า
ด้วยกันคือชาวเขาเผ่ากะเหรี่ยง แม้ว มูเซอ
เย้า อีก้อและลีซอ

เผ่ากระเหรี่ยงมีถิ่นกำเนิดในประเทศ
พม่า ปัจจุบันอาศัยอยู่ในประเทศไทยและพม่า
แต่งตัวด้วยเสื้อคลุมรัดเอวที่ทออย่างหนาด้วย
สีที่หลากหลาย หญิงที่ยังไม่แต่งงานจะใส่สีขาว
เผ่านี้ชอบอาศัยในบริเวณต่ำของหุบเขา เป็น
เผ่าที่ใหญ่ที่สุดในประเทศไทย

เผ่าแม้วอพยพจากจีนตอนใต้ มักแต่งกาย
ด้วยเสื้อแจ๊คเก็ตสีดำและกางเกงหรือกระโปรงสี
ครามและมีแถบตามขอบและใส่เงินเป็นเครื่อง
ประดับ หมู่บ้านมักตั้งอยู่บริเวณยอดเขาหรือที่
ราบสูง สามารถมีสามีภรรยาได้หลายคน เป็น
เผ่าที่ใหญ่อันดับสองในประเทศไทย ส่วนมาก
อาศัยอยู่ในจังหวัดเชียงใหม่

เผ่ามูเซอเร่ร่อนมาจากประเทศธิเบต
ปัจจุบันอาศัยอยู่ในประเทศไทย ลาว พม่าและ
จีนตอนใต้ มักใส่ชุดเสื้อแจ๊คเก็ตสีดำและสีแดง
ส่วนผู้หญิงใส่กระโปรงแคบๆ เผ่านี้อาศัยอยู่ใน

บริเวณเขาที่มีความสูงประมาณหนึ่งพันเมตร
มีความสามารถในการทอย่ามได้อย่างประณีต
เผ่าเย้ามีต้นกำเนิดในจีนตอนกลาง
ปัจจุบันอาศัยอยู่ในประเทศไทย ลาว พม่า
เวียดนาม และจีนตอนใต้ ผู้หญิงใส่เสื้อแขน
ยาวและกางเกงสีดำที่ประดับด้วยการถักลาย
ที่งดงาม มีคอเสื้อคล้ายกับขนสัตว์และใส่หมวก
โพกศีรษะสีน้ำเงินหรือสีดำ ผู้ชายแต่งตัวคล้าย
กันแต่ไม่มีลวดลายและการประดับมากนัก
ชาวเขาเผ่านี้ได้รับอิทธิพลด้านประเพณีต่างๆ
จากประเทศจีนอย่างมาก เผ่าเย้าชอบอาศัย
บริเวณตาน้ำบนเขา

เผ่าอีก้อมีถิ่นกำเนิดในประเทศธิเบต
ปัจจุบันอาศัยอยู่ในประเทศไทย ลาว พม่าและ
จีนตอนใต้ มีการแต่งเครื่องประดับศีรษะด้วย
ลูกปัด ขนสัตว์และเครื่องเงินที่ห้อยแกว่งไปมา
หมู่บ้านมักตั้งอยู่บริเวณสันเขาหรือทางลาดชัน

เผ่าอีก้อเป็นเผ่าที่ยากจนที่สุดและพยายามต่อ
ต้านการเปลี่ยนแปลงต่างๆ เผ่านี้ชอบปลูกฝิ่น
เพื่อการบริโภค

เผ่าลีซอมีแหล่งกำเนิดในจีนตอนกลาง
ปัจจุบันอาศัยอยู่ในประเทศไทยและจีนตอนใต้
ผู้หญิงใส่เสื้อคลุมรัดเอวทับกางเกงและบางครั้ง
ใส่หมวกโพกศีรษะสีดำที่มีพู่ห้อยลงมา ผู้ชายใส่
กางเกงหลวมๆสีเขียวหรือสีฟ้าและหนีบชาย
กางเกงที่ข้อเท้า มักอาศัยตามภูเขาที่มีความสูง
ประมาณหนึ่งพันเมตร

ชาวเขาส่วนใหญ่มีอาชีพปลูกข้าว ข้าวโพด
ฝิ่น ผักและเลี้ยงสัตว์ ส่วนใหญ่มีความเชื่อเรื่อง
วิญญาณและภูติผี บางเผ่ามีการบูชาบรรพบุรุษ
และนับถือลัทธิเต๋า มีบางส่วนที่นับถือศาสนา
พุทธและศาสนาคริสต์

รัฐบาลไทยถือว่าชาวเขาที่อยู่ในประเทศ
ไทยเป็นคนไทยและพยายามช่วยให้มีชีวิตความ

เป็นอยู่ที่ดีขึ้นและให้ลดการปลูกฝิ่น ปัจจุบัน
ชาวเขาในประเทศไทยได้เข้ามาสัมผัสกับโลก
ภายนอกมากขึ้น บางคนมีรถขับและเป็นเจ้า
ของธุรกิจและพูดภาษาไทยได้ดี แต่ชาวเขาส่วน
ใหญ่ยังคงรักษาวัฒนธรรมขนบธรรมเนียม
ประเพณีของเผ่าของตนอยู่

✳ ✳ ✳ ✳ ✳ ✳ ✳ ✳ ✳ ✳ ✳ ✳

คำศัพท์

ชาวเขา	[ชาว-เขา]	mountain people
เผ่า	[เผ่า]	tribe
ชน	[ชน]	people
กลุ่มน้อย	[กลุ่ม-น้อย]	minority
ความเชื่อ	[ความ-เชื่อ]	belief
อพยพ	[อบ-พะ-ยบ]	to migrate
สถาบัน	[สะ-ถา-บัน]	institute
วิจัย	[วิ-ไจ]	to research
คาด	[คาด]	to estimate
กระเหรี่ยง	[กระ-เหรี่ยง]	Karen
แม้ว	[แม้ว]	Hmong

มูเซอ	[มู-เซอ]	Lahu
เย้า	[เย้า]	Mien
อีก้อ	[อี-ก้อ]	Akha
ลีซอ	[ลี-ซอ]	Lisu
ถิ่น	[ถิ่น]	area, territoty
เสื้อคลุมรัดเอว	[เสื้อ-คลุม-รัด-เอว]	tunic
ทอ	[ทอ]	to weave
หนา	[หนา]	thick
เสื้อแจ๊คเก็ต	[เสื้อ-แจ๊ก-เก๊ด]	jacket
สีคราม	[สี-คราม]	indigo
แถบ	[แถบ]	stripe
ขอบ	[ขอบ]	rim
เครื่องประดับ	[เครื่อง-ประ-ดับ]	ornament, jewelry
บริเวณ	[บอ-ริ-เวน]	area
ยอดเขา	[ยอด-เขา]	mountain peak
ที่ราบสูง	[ที่-ราบ-สูง]	plateau
เร่ร่อน	[เร่-ร่อน]	to wander
ย่าม	[ย่าม]	shoulder bag
ประณีต	[ประ-นีด]	elaborate
ถัก	[ถัก]	to knit
ลาย	[ลาย]	pattern
คอเสื้อ	[คอ-เสื้อ]	collar
ขนสัตว์	[ขน-สัด]	fur

หมวก	[หมวก]	hat
หมวกโพก	[หมวก-โพก]	turban
ศีรษะ	[สี-สะ]	head
แต่งตัว	[แต่ง-ตัว]	to dress
ลวดลาย	[ลวด-ลาย]	pattern
อิทธิพล	[อิด-ทิ-พน]	influence
ตาน้ำ	[ตา-น้ำ]	spring
ลูกปัด	[ลูก-ปัด]	bead
เครื่องเงิน	[เครื่อง-เงิน]	silverware
ห้อย	[ห้อย]	to dangle
แกว่ง	[แกว่ง]	to sway
สันเขา	[สัน-เขา]	ridge
ลาดชัน	[ลาด-ชัน]	steep slope
ยากจน	[ยาก-จน]	poor
พยายาม	[พะ-ยา-ยาม]	to try
ต่อต้าน	[ต่อ-ต้าน]	to resist
เปลี่ยนแปลง	[เปลี่ยน-แปลง]	to change
ปลูก	[ปลูก]	to grow
ฝิ่น	[ฝิ่น]	opium
ทับ	[ทับ]	to put on top
กางเกง	[กาง-เกง]	trousers
พู่	[พู่]	tassel
หลวม	[หลวม]	loose

หนีบ	[หนีบ]	to peg
ชาย	[ชาย]	fringe
ข้อเท้า	[ข้อ-เท้า]	ankle
เลี้ยงสัตว์	[เลี้ยง-สัด]	to raise an animal
วิญญาณ	[วิน-ยาน]	soul
ภูตผี	[พูด-ผี]	spirit, ghost
บรรพบุรุษ	[บัน-พะ-บุ-หรุด]	ancestor
เต๋า	[เต๋า]	Taoism
ถือว่า	[ถือ-ว่า]	It is customary that...
ความเป็นอยู่	[ความ-เป็น-หยู่]	livelihood
ลด	[ลด]	to reduce
ปลูก	[ปลูก]	to grow
สัมผัส	[สำ-ผัด]	to contact
ภายนอก	[พาย-นอก]	outside
ธุรกิจ	[ทุ-ระ-กิด]	business
รักษา	[รัก-สา]	to maintain

ข้อแนะนำในการฝึกหัดเพิ่มเติม

ให้นักเรียนศึกษาเกี่ยวกับชาวเขาเพิ่มเติมจากหนังสือเล่มอื่น

ให้นักเรียนเล่นเกมโดยการหาซื้อตุ๊กตาชาวเขาแล้วอธิบายถึง
ความแตกต่างของการแต่งกายของชาวเขาแต่ละเผ่า

ให้นักเรียนพูดถึงชนกลุ่มน้อยต่างๆที่อยู่ในประเทศของตนและ
บรรยายถึงการใช้ชีวิตอยู่ในปัจจุบันและประวัติความเป็นมา
โดยย่อ

Hilltribes in Thailand

The hilltribe people are minorities that live in the mountains of northern and western Thailand. There are many hilltribes and each has its own language, culture, traditions, costumes and beliefs.

Most hilltribes migrated to Thailand from Tibet, Burma, China and Laos many hundreds of years ago. The Tribal Research Institute in Chiangmai estimates that there may be up to twenty hilltribes in Thailand with a total population of over 600,000.

The six largest hilltribe groups in Thailand are the Karen, Hmong, Lahu, Mien, Akha and Lisu.

The Karen tribe originated in Burma but now lives in both Thailand and Burma. They wear thickly woven tunics of various colors. Unmarried women dress in white. The Karen live in lower valley areas and are the largest tribe in Thailand.

The Hmong tribe migrated from south China. They usually dress in black jackets and indigo trousers or skirts with stripes at the edges. The women wear silver jewelry. Most of their villages are located near Chiengmai on mountain peaks or plateaus. They are polygamous and the second largest tribe in Thailand.

The Lahu came from Tibet originally and now live in Thailand, Laos, Burma and southern China. They usually wear red and black jackets. Women wear narrow skirts. This tribe lives in mountainous areas at about 1,000 meters. They are well known for their ability at weaving elaborate shoulder bags.

The Mien originated in central China. Now they live in Thailand, Laos, Burma, Vietnam and south China. Women wear love sleeved shirts and black trousers decorated with beautiful knitted patterns. They also wear collars that look like fur and black or dark blue turbans on their heads. Men dress similarly, but with less elaborate patterns and fewer decorations. This tribe shows a lot of cultural influence from China. The Mien like to live near mountain springs.

The Akha tribe originated in Tibet. They now live in Thailand, Laos, Burma and southern China. They wear hats decorated with beads, fur and dangling silver. They usually settle their villages along mountain ridges or steep slopes. The Akha are the poorest tribe and one of the most resistant to change. They often grow opium for their own consumption.

The Lisu came from central China and now live in Thailand and southern China. Women wear tunics over trousers and sometimes black turbans with dangling tassles. Men wear loose green or blue trousers tied at the ankles. They like to live in the mountains at a height of about 1000 meters.

Most hilltribes grow rice, corn, opium, vegetables and raise animals for a living. Many of them believe in spirits and ghosts. Some tribes worship their ancestors and practice Taoism. Others practice Buddhism or Christianity.

The Thai government regards the hilltribe people in Thailand as Thai citizens and is trying to help them live a better life and to reduce the growing of opium. Today, hilltribes in Thailand have more contact with the outside world than before. Some have vehicles to drive, own businesses and can speak Thai well, but most hilltribe people still maintain their culture and traditions.

****

การศึกษาในประเทศไทย

ระบบการศึกษาในประเทศในปัจจุบันแบ่ง
ออกเป็นชั้นประถมศึกษาหกปี มัธยมต้นสามปี
และมัธยมปลายสามปี (หรือระบบ ๖-๓-๓)
การศึกษาภาคบังคับของไทยอยู่ในระดับชั้น
ประถมศึกษาปีที่หกแต่รัฐบาลไทยกำลังพยายาม
ที่จะขยายการศึกษาภาคบังคับจากหกปีเป็นเก้า
ปีหรือจนถึงชั้นมัธยมศึกษาปีที่สามหรือปีสุด
ท้ายของชั้นมัธยมต้น การศึกษาหลังจากระดับ
มัธยมปลายเรียกว่าระดับอุดมศึกษา
ก่อนที่นักเรียนจะเข้าศึกษาในชั้นประถมปี
ที่หนึ่งนักเรียนบางคนอาจจะเข้าเตรียมตัวในชั้น
อนุบาลซึ่งมีอยู่หลายระดับด้วยกันซึ่งระดับอนุ
บาลไม่ใช่การศึกษาภาคบังคับ ระดับชั้นของ
การศึกษาในประเทศไทยมีชื่อเรียกดังต่อไปนี้

ชั้นอนุบาล

    ชั้นอนุบาลปีที่หนึ่ง หรือ อนุบาล ๑

    ชั้นอนุบาลปีที่สอง หรือ อนุบาล ๒

ชั้นประถม

    ชั้นประถมปีที่หนึ่ง หรือ ป. ๑

    ชั้นประถมปีที่สอง หรือ ป. ๒

    ชั้นประถมปีที่สาม หรือ ป. ๓

    ชั้นประถมปีที่สี่ หรือ ป. ๔

    ชั้นประถมปีที่ห้า หรือ ป. ๕

    ชั้นประถมปีที่หก หรือ ป. ๖

ชั้นมัธยมต้น

    ชั้นมัธยมปีที่หนึ่ง หรือ ม. ๑

    ชั้นมัธยมปีที่สอง หรือ ม. ๒

    ชั้นมัธยมปีที่สาม หรือ ม. ๓

ชั้นมัธยมปลาย
    ชั้นมัธยมปีที่สี่ หรือ ม. ๔
    ชั้นมัธยมปีที่ห้า หรือ ม. ๕
    ชั้นมัธยมปีที่หก หรือ ม. ๖

    ในชั้นประถมและมัธยมมีโรงเรียนให้นัก
เรียนเข้าเรียนได้ทั่วประเทศ มีทั้งโรงเรียน
ประจำหมู่บ้าน โรงเรียนประจำตำบล โรงเรียน
เทศบาล โรงเรียนประจำจังหวัดและโรงเรียน
เอกชนอีกหลายแห่ง
    ระดับอุดมศึกษามีมหาวิทยาลัย วิทยาลัย
และสถาบันราชภัฏต่างๆทั่วประเทศ มีคณะและ
ภาควิชาต่างๆให้เลือกมากมาย มหาวิทยาลัย
ที่มีชื่อเสียงของประเทศไทยแบ่งตามภาคได้
ดังต่อไปนี้

ภาคกลาง

จุฬาลงกรณ์มหาวิทยาลัย

มหาวิทยาลัยธรรมศาสตร์

มหาวิทยาลัยรามคำแหง

มหาวิทยาลัยศรีนครินทรวิโรฒ

มหาวิทยาลัยมหิดล

มหาวิทยาลัยเกษตรศาสตร์

มหาวิทยาลัยศิลปากร

มหาวิทยาลัยสุโขทัยธรรมาธิราช

สถาบันเทคโนโลยีพระจอมเกล้า

สถาบันบัณฑิตพัฒนบริหารศาสตร์ (นิด้า)

ภาคตะวันออก

มหาวิทยาลัยบูรพา

ภาคเหนือ

มหาวิทยาลัยเชียงใหม่

มหาวิทยาลัยนเรศวร

มหาวิทยาลัยแม่โจ้

ภาคใต้

   มหาวิทยาลัยสงขลานครินทร์

ภาคตะวันออกเฉียงเหนือ

   มหาวิทยาลัยขอนแก่น

   มหาวิทยาลัยอุบลราชธานี

   มหาวิทยาลัยเทคโนโลยีสุรนารี

   จุฬาลงกรณ์มหาวิทยาลัยเป็นสถาบันใน
ระดับอุดมศึกษาแห่งแรกในประเทศซึ่งก่อตั้ง
เป็นมหาวิทยาลัยอย่างเป็นทางการในเดือนมีนา
คมปีพ.ศ. ๒๔๖๐ ในสมัยของพระบาทสมเด็จ
พระมงกุฎเกล้าเจ้าอยู่หัวรัชกาลที่หกซึ่งทรง
ตั้งชื่อของสถาบันตามชื่อของพระราชบิดาพระ
บาทสมเด็จพระจุลจอมเกล้าเจ้าอยู่หัวรัชกาล
ที่ห้า

ปัจจุบันนี้ประเทศไทยมีสถาบันในระดับ
อุดมศึกษามากมายและคนไทยได้ให้ความสำคัญ
กับการศึกษาอย่างมาก มีนักศึกษาไทยหลายคน
ได้ไปศึกษาต่อยังต่างประเทศในระดับปริญญา
ตรี ปริญญาโทและปริญญาเอก ในขณะเดียวกัน
ก็เริ่มมีชาวต่างชาติเข้ามาศึกษาในประเทศไทย
มากขึ้น

* * * * * * * * * * * * *

คำศัพท์

ระบบ	[ระ-บบ]	system
ปัจจุบัน	[ปัด-จุ-บัน]	currently
รัฐบาล	[รัด-ถะ-บาน]	government
พยายาม	[พะ-ยา-ยาม]	to endeavor
ขยาย	[ขะ-หยาย]	to expand
ภาค	[พาก]	section
บังคับ	[บัง-คับ]	to enforce
อุดมศึกษา	[อุ-ดม-สึก-สา]	higher education
เทศบาล	[เทด-สะ-บาน]	municipal
ราชภัฏ	[ราด-ชะ-พัด]	official
สถาบันราชภัฏ	[สะ-ถา-บัน-ราด-ชะ-พัด]	college

เทคโนโลยี	[เทก-โน-โล-ยี่]	technology
ปริญญาตรี	[ปะ-ริน-ยา-ตรี]	bachelor's degree
ปริญญาโท	[ปะ-ริน-ยา-โท]	master's degree
ปริญญาเอก	[ปะ-ริน-ยา-เอก]	doctor's degree

ข้อแนะนำในการฝึกหัดเพิ่มเติม

ให้นักเรียนบรรยายเกี่ยวกับระบบการศึกษาของประเทศของตน

ให้นักเรียนเล่าถึงประสบการณ์ของตนในระดับชั้นการศึกษา
ต่างๆให้อาจารย์หรือเพื่อนร่วมชั้นฟัง

ให้นักเรียนพูดความประทับใจหรือความคิดเห็นของตนเกี่ยวกับ
การเรียนการสอนในประเทศไทยและเปรียบเทียบกับการเรียน
การสอนในประเทศของตน

Education in Thailand

The educational system in Thailand for children consists of six years of elementary school, three years of junior high school and three years of senior high school (a 6-3-3 system). Compulsory education ends at Grade 6 of elementary school, but the Thai government is trying to expand compulsory education from six years to nine years or until Grade 3 of junior high school. Senior high school is called a 'higher education' level.

Before students enter the first year of elementary school, some may prepare themselves in kindergarten which is not compulsory. Grades of education in Thailand are as follows:

Kindergarten
    First year of kindergarten or Kindergarten 1
    Second year of kindergarten or Kindergarten 2

Elementary
    Prathom Pithi 1 or P. 1
    Prathom Pithi 2 or P. 2
    Prathom Pithi 3 or P. 3
    Prathom Pithi 4 or P. 4
    Prathom Pithi 5 or P. 5
    Prathom Pithi 6 or P. 6

Junior High School
    Mathayom Pithi 1 or M. 1
    Mathayom Pithi 2 or M. 2
    Mathayom Pithi 3 or M. 3

Senior High School
    Mathayom Pithi 4 or M. 4
    Mathayom Pithi 5 or M. 5
    Mathayom Pithi 6 or M. 6

There are elementary and high schools for students to attend all over the country— village schools, tambon schools, municipal schools, provincial schools and many private schools.

As for higher education, there are also universities, colleges and official institutes throughout the country with many faculties and departments to choose from. Here are some well known universities in Thailand divided by region:

Central

Chulalongkorn Univeristy
Thammasat University
Ramkhamhaenng University
Srinakharinwirot University
Mahidol University
Kasetsart University
Silpakorn University
Sukhothai Thammathirat University
Institute of Technology Phrachomklao
National Institute Development Administration (NIDA)

East

Burapha University

North

Chiangmai University
Naresuan University
Maejo University

South

Prince of Songkla University

Northeast

Khon Kaen University
Ubon Ratchathani University
Suranaree University of Technology

Chulalongkorn University was the first institute of higher education in the country. It was officially founded in March, 1917 during the reign of King Vajiravudh (Rama 6) who named it after his father, King Chulalongkorn (Rama 5).

Today Thailand has many institutes of higher learning and Thai people give great importance to education. Many Thai students continue their education overseas and pursue their bachelor's, master's and doctor's degrees there. At the same time there is an increasing number of foreign students coming to study in Thailand.

****

คนไทยในอเมริกา

ตามข่าวของหนังสือพิมพ์เสรีชัยฉบับที่ออก
ในเดือนมกราคมปี ๒๕๔๒ ซึ่งเป็นการสำรวจ
อย่างไม่เป็นทางการคาดกันว่ามีคนไทยที่อยู่ใน
อเมริกาขณะนี้เกือบหนึ่งล้านคนซึ่งหนึ่งในสี่เป็น
ผู้ที่ได้เปลี่ยนสัญชาติเป็นคนอเมริกัน อีกหนึ่งใน
สี่เป็นผู้ที่ถือใบเขียวที่เหลือเป็นนักศึกษาและผู้
ที่อยู่ในอเมริกาอย่างไม่ถูกต้องตามกฎหมาย

คนไทยที่เปลี่ยนสัญชาติเป็นอเมริกันนั้น
ส่วนมากยังคิดว่าตนเองเป็นคนไทย ยังพูด
ภาษาไทยและถือวัฒนธรรมไทยอยู่ สาเหตุที่
เปลี่ยนสัญชาติก็เพื่อความสะดวกและเพื่อผล
ประโยชน์ต่างๆที่จะได้รับขณะอาศัยอยู่ใน
ประเทศนี้ ตามปกติแล้วคนไทยไม่ต้องการที่จะ
เรียกตนเองว่าเป็นคนชาติอื่นเพราะพวกเรา
พอใจกับความเป็นไทย แต่หลายคนก็รักอเมริกา

เหมือนกับประเทศของตนเพราะอเมริกาให้สิทธิ
เสรีภาพในการแสดงความคิดเห็น การอยู่อาศัย
และมีความสะดวกสบายหลายอย่าง บางคนก็
อยู่เนื่องจากเหตุผลทางด้านเศรษฐกิจเท่านั้น

      ผู้ที่ถือใบเขียวในอเมริกาส่วนมากจะได้มา
จากการแต่งงานหรือจากญาติพี่น้องที่ยื่นคำร้อง
ให้ บางคนได้ด้วยตนเองเนื่องจากการที่มีคุณ
สมบัติเพียงพอเช่น เป็นนักธุรกิจ เป็นผู้อพยพ
ที่มีฐานะดี เป็นนักศึกษาที่จบจากที่นี่และได้เข้า
ทำงานกับบริษัทต่างๆ หรือบางคนได้อยู่ใน
ฐานะผู้ลี้ภัย ผู้ถือใบเขียวสามารถยื่นคำร้อง
ขอเปลี่ยนสัญชาติได้แต่ต้องเป็นผู้อาศัยถาวร
และถือใบเขียวมาไม่น้อยกว่าห้าปีและต้องมี
คุณสมบัติเพียงพอในการสมัคร ส่วนผู้ที่แต่งงาน
กับผู้ที่มีสัญชาติอเมริกันสามารถขอเปลี่ยน
สัญชาติได้หลังจากแต่งงานได้สามปี

นักศึกษาไทยในอเมริกาส่วนใหญ่เป็นผู้ที่
มาเรียนด้วยทุนของตนเอง ส่วนมากจะเป็น
บุตรของผู้ที่มีฐานะดีในเมืองไทย ที่เหลือเป็น
นักศึกษาที่ได้ทุนมาเรียน เช่นทุนรัฐบาลไทย
หรือที่เรียกว่าทุนก.พ. ทุนฟุลไบรท์ และทุน
จากเอกชนต่างๆ เนื่องจากการที่ค่าเงินบาทลอย
ตัวและเศรษฐกิจรัดตัวที่เมืองไทยในขณะนี้
ทำให้นักศึกษาไทยที่นี่ต้องประหยัดค่าใช้จ่าย
และต้องหางานพิเศษทำ นักศึกษาไทยส่วนใหญ่
จะทำงานตามร้านอาหารไทยซึ่งมีอยู่ทั่วอเมริกา
สำหรับนักศึกษาที่ได้ทุนจากรัฐบาลไทยก็ถูกตัด
ค่าใช้จ่ายและบางคนต้องกลับเมืองไทยเพราะ
รัฐไม่มีงบประมาณที่เพียงพอ

จำนวนของผู้ที่อยู่ในอเมริกาอย่างผิด
กฎหมายเพิ่มขึ้นทุกวัน ส่วนมากจะเป็นผู้ที่เข้า
มาเป็นนักท่องเที่ยวและไม่เดินทางกลับเมื่อ
วีซ่าหมดอายุ บางคนก็เข้ามาโดยการปลอม

แปลงเอกสาร คนไทยที่อยู่ในอเมริกาอย่างผิด
กฎหมายมักจะอยู่อย่างสงบ ไม่ทำความเดือด
ร้อนให้คนอื่นเพราะไม่ต้องการเป็นจุดสนใจของ
เจ้าหน้าที่

ฉันชอบอยู่ทั้งที่เมืองไทยและที่อเมริกา
ญาติพี่น้องส่วนใหญ่ยังอยู่ที่เมืองไทย จึงต้อง
กลับไปเยี่ยมครอบครัวที่เมืองไทย สามีของฉัน
เป็นคนอเมริกัน ฉันเลยมาตั้งรกรากที่อเมริกา
ฉันอาศัยอยู่ที่เมืองเบอร์กเล่ย์ รัฐแคลิฟอร์เนีย
ซึ่งห่างจากเมืองซานฟรานซิสโกเพียงไม่กี่ไมล์
ฉันชอบที่นี่มากเพราะว่าอากาศดีมาก ไม่ร้อน
ไม่หนาวและมีวัดไทยอยู่สามวัดในบริเวณอ่าว
ซานฟรานซิสโก มีคนไทยอาศัยอยู่มาก รัฐแคลิ
ฟอร์เนียหลากหลายไปด้วยเชื้อชาติ ภาษา วัฒน
ธรรมและเผ่าพันธุ์ มีร้านอาหารจากหลายประ
เทศทั่วโลก อาหารไทยก็เป็นที่นิยมมาก
คนไทยจึงมักทำธุรกิจร้านอาหารที่อเมริกา

ฉันอยู่ที่อเมริกาได้ห้าปีแล้วแต่ยังถือสัญชาติไทยเหมือนเดิม ฉันก็ชอบอเมริกามากแต่ยังไม่แน่ใจว่าจะขอสัญชาติอเมริกาหรือไม่ ถ้าเปลี่ยนสัญชาติก็จะเปลี่ยนเพื่อความสะดวกเท่านั้น ความรู้สึกและการปฏิบัติตัวต่างๆยังคงเป็นคนไทยเช่นเดิม

* * * * * * * * * * * * * *

คำศัพท์

ตาม	[ตาม]	according to
ข่าว	[ข่าว]	news
ซึ่ง	[ซึ่ง]	that, which
สำรวจ	[สำ-หรวด]	to survey
คาด	[คาด]	to estimate
สัญชาติ	[สัน-ชาด]	nationality
ใบเขียว	[ใบ-เขียว]	green card
ผลประโยชน์	[ผน-ประ-โหยด]	benefits
ตามปกติ	[ตาม-ปก-กะ-ติ]	normally
สิทธิ	[สิด, สิด-ทิ]	right, privilege
เสรีภาพ	[เส-รี-พาบ]	freedom, liberty

แสดง	[สะ–แดง]	to express
ความคิดเห็น	[ความ–คิด–เห็น]	opinion
เหตุผล	[เหด–ผน]	reason
ยื่น	[ยื่น]	to file, to submit
คำร้อง	[คำ–ร้อง]	request, petition
คุณสมบัติ	[คุน–นะ–สม–บัด]	qualifications
ผู้อพยพ	[ผู้–อบ–พะ–ยบ]	immigrant
ผู้ลี้ภัย	[ผู้–ลี้–ไพ]	refugee
ถาวร	[ถา–วอน]	permanent
บุตร	[บุด]	child (formal)
เอกชน	[เอก–กะ–ชน]	private sector
ลอย	[ลอย]	to float
ประหยัด	[ประ–หยัด]	to save, be thrifty
ค่าใช้จ่าย	[ค่า–ใช้–จ่าย]	expense
งบประมาณ	[งบ–ประ–มาน]	budget
วีซ่า	[วี–ซ่า]	visa
ปลอมแปลง	[ปลอม–แปลง]	to falsify
เอกสาร	[เอก–กะ–สาน]	document
ผิดกฎหมาย	[ผิด–กด–หมาย]	illegal
สงบ	[สะ–หงบ]	peaceful
เดือนร้อน	[เดือด–ร้อน]	to be in hot water
จุดสนใจ	[จุด–สน–ใจ]	center of interest
เจ้าหน้าที่	[เจ้า–หน้า–ที่]	officer

เลย	[เลย]	therefore
ตั้ง	[ตั้ง]	to settle
รกราก	[รก-ราก]	settlement, root
เชื้อชาติ	[เชื้อ-ชาด]	race
เผ่าพันธุ์	[เผ่า-พัน]	race, tribe
เช่นเดิม	[เช่น-เดิม]	the same, as before

ข้อแนะนำในการฝึกหัดเพิ่มเติม

ให้นักเรียนหาคำศัพท์ที่เกี่ยวข้องกับบทความและหาคำตรงข้าม
แล้วฝึกใช้คำเหล่านั้นให้ถูกต้อง

ให้นักเรียนอธิบายถึงสถานที่ที่ตนเองชอบและต้องการอาศัยอยู่
เป็นภาษาไทย

ให้นักเรียนอธิบายเกี่ยวกับเพื่อนรู้คนไทยที่ตนรู้จักในอเมริกา
หรือในประเทศอื่นว่าเขามีชีวิตความเป็นอยู่ในต่างประเทศอย่าง
ไรบ้าง

Thai People in America

According to Sereechai Newspaper, January, 1999, an unofficial survey estimates that there are about one million people of Thai ancestory in America at the present time. One fourth of them have changed their citizenship to be American. One fourth are green card holders and the rest are students and illegal immigrants.

Thai people who have changed their citizenship still consider themselves Thai. They still speak Thai and retain their Thai culture. The reason they change their citizenship is usually for convenience and to participate in the benefits of citizenship while they are in this country. Normally, Thai people don't like to refer to themselves as citizens of another country because they are proud to be Thai. However, many of them like America as their own country because America gives rights and freedom in expressing oneself. It is a comfortable and convenient place to live in. Some only stay because of economic reasons.

Those with green cards in America usually obtain them through marriage or petitions filed by their relatives. Some of them obtain the green card by having special qualifications e.g. business people, well-to-do immigrants and students who graduated here and got a job with a company. Also, some people are here because they received asylum. Green card holders can file a petition to change their citizenship. They have to be permanent residents and have had a green card for no less than five years and be eligible to apply. Those who are married to an American citizen can apply to change their citizenship three years after the marriage.

Most Thai students in America are self-financed. A lot of them are children of well-to-do people in Thailand. The rest are students who receive scholarships, e.g. Thai government scholarships or *Gaw Paw*, Fulbright Scholarships and other private sector scholarships. Since the Thai baht started floating and the economy became very tight in Thailand, many Thai students over here have had to cut expenses and look for part-time jobs. A lot of them are working in Thai restaurants, which are located all over America. Students who receive scholarships from the government are cutting back their expenses and some of them have had to return to Thailand because the government no longer has money for them in the budget.

The number of illegal immigrants is increasing every day. Most of them are tourists who do not return when their visa expires. Some of them enter the country by using counterfeit documents. Illegal Thai immigrants in America are generally here peacefully and do not want to cause any trouble because they don't wish to draw the attention of goverment officials.

I have been in America for five years and still have my Thai citizenship. I like America very much, but I'm not sure whether I will change it or not. If I do, it will only be for convenience. My feelings and actions will still be just like the same Thai person.

****

ประวัติศาสตร์ไทยโดยสังเขป

สมัยกรุงสุโขทัย

ถิ่นเดิมของไทยยังไม่ทราบกันเป็นที่แน่ชัด มีหลายทฤษฎีเกี่ยวกับประวัติความเป็นมาของ ชนชาติไทย แต่มีความเป็นไปได้ว่าถิ่นเดิมของ ไทยอาจอยู่ที่บริเวณตอนใต้ของจีนแล้วอพยพลง มาอยู่ลุ่มแม่น้ำเจ้าพระยาภายใต้อำนาจของขอม ผู้ที่ขับไล่ขอมออกจากบริเวณสุโขทัยคือพ่อขุน บางกลางท่าวหรือพ่อขุนศรีอินทราทิตย์ซึ่งถือ กันว่าเป็นกษัตริย์องค์แรกของไทยและเป็นผู้ สถาปนากรุงสุโขทัยเป็นราชธานีถือกันว่าเป็น เมืองหลวงแห่งแรกของชาวไทยตั้งขึ้นเมื่อปี พ.ศ. ๑๗๘๑ เป็นยุคที่มีความอุดมสมบูรณ์ มากและสามารถกล่าวได้ว่า "ในน้ำมีปลา ในนามีข้าว" อาณาจักรสุโขทัยทางด้านเหนือ

มีอาณาเขตจากลำปางจรดเวียงจันทร์ ส่วนทางใต้ขยายไปถึงนครศรีธรรมราชในคาบสมุทรมลายู

ในยุคนี้ไทยมีความสัมพันธ์กับประเทศจีนอย่างลึกซึ้งและมีการค้าขายแลกเปลี่ยนวัฒนธรรมต่างๆ ไทยได้นำถ้วยชามสังคโลกของจีนเข้ามาเป็นส่วนหนึ่งของงานศิลปของไทย

พ่อขุนรามคำแหงมหาราชเป็นกษัตริย์ที่มีชื่อเสียงที่สุดของยุคนี้และเป็นผู้ประดิษฐ์อักษรไทยขึ้น ในปีพ.ศ. ๑๘๒๖ กรุงสุโขทัยเป็นราชธานีจนถึงปีพ.ศ. ๑๙๑๙ ก่อนที่จะถูกกรุงศรีอยุธยายึดครองอำนาจ กรุงสุโขทัยมีกษัตริย์ปกครองทั้งสิ้นเก้าพระองค์ กษัตริย์องค์สุดท้ายคือพระมหาธรรมราชาที่ ๔ ที่ปกครองถึงปีพ.ศ. ๑๙๘๑ หลังจากนั้นกรุงสุโขทัยได้ถูกรวมเข้าเป็นส่วนหนึ่งของกรุงศรีอยุธยาซึ่งเป็นกลุ่มของคนไทยที่ตั้งเมืองอยู่ไม่ไกลนัก

สมัยกรุงศรีอยุธยา

กรุงศรีอยุธยาก่อตั้งเมื่อปีพ.ศ. ๑๘๙๓
ผู้สถาปนาอาณาจักรอยุธยาคือพระเจ้าอู่ทอง
การปกครองสมัยนี้เป็นการปกครองแบบสมบูร
ณาญาสิทธิราชซึ่งเป็นระบอบที่รับมาจากขอม
ถือว่ากษัตริย์เป็นสมมุติเทพหรือเทวราชาและ
มีอำนาจสูงสุด ยุคนี้เริ่มเปิดตลาดการค้ากับ
ต่างประเทศมากขึ้น เช่น จีน อาหรับ ญี่ปุ่น
โปรตุเกส สเปน ฮอลันดา อังกฤษและฝรั่งเศส
สมัยอยุธยามีกษัตริย์ปกครองทั้งสิ้น ๓๔
พระองค์และมีทั้งหมด ๕ ราชวงศ์ด้วยกันคือ

๑. ราชวงศ์อู่ทอง มีกษัตริย์ ๓ พระองค์

๒. ราชวงศ์สุพรรณภูมิ มีกษัตริย์ ๑๔
พระองค์

๓. ราชวงศ์สุโขทัย มีกษัตริย์ ๗ พระองค์

๔. ราชวงศ์ปราสาททอง มีกษัตริย์ ๔ พระองค์

๕. ราชวงศ์บ้านพลูหลวง มีกษัตริย์ ๖ พระองค์

ไทยเสียกรุงศรีอยุธยาให้กับพม่าสองครั้ง ครั้งที่หนึ่งในปีพ.ศ. ๒๑๑๒ ในสมัยของพระมหินทราธิราช คนไทยเสียกรุงครั้งนี้เนื่องจากการขาดความสามัคคี ผู้ที่รบชนะพม่าและประกาศอิสรภาพในครั้งนั้นคือพระนเรศวรมหาราชในปี ๒๑๒๗ ไทยเป็นเมืองขึ้นของพม่าในครั้งนั้นเป็นเวลา ๑๕ ปี

กรุงศรีอยุธยาเสียกรุงครั้งที่สองในสมัยพระเจ้าเอกทัศนในปีพ.ศ. ๒๓๑๐ การเสียกรุงครั้งนี้ กรุงศรีอยุธยาถูกพม่าเผาทำลายสิ่งมีค่าด้านวรรณกรรม ด้านศาสนา ด้านศิลป ตึกรามบ้านช่อง วัดวาอารามและอื่นๆจนแทบจะไม่หลงเหลือ

สมัยกรุงธนบุรี

ในปีพ.ศ. ๒๓๑๐ พระเจ้าตากสินมหาราช
ผู้เป็นแม่ทัพได้กู้ประเทศชาติกลับมาอีกครั้งและ
ได้สถาปนาตนเป็นกษัตริย์และตั้งเมืองหลวง
ใหม่ที่กรุงธนบุรีริมฝั่งแม่น้ำเจ้าพระยาซึ่งอยู่ฝั่ง
ตรงข้ามกับเมืองหลวงในปัจจุบัน กรุงธนบุรีมี
ทำเลเหมาะสมกว่าอยุธยาเพราะติดปากน้ำและ
ใกล้ทะเล ยุคนี้ประเทศไทยมีศึกสงคราม
บ่อยครั้ง

กรุงธนบุรีเป็นราชธานีได้เพียง ๑๕ ปีหลัง
จากที่พระเจ้าตากสินสิ้นพระชนม์และได้มีการ
ย้ายกรุงมายังอีกฝั่งหนึ่งของแม่น้ำเจ้าพระยา
ยุคกรุงธนบุรีมีกษัตริย์เพียงหนึ่งพระองค์

สมัยกรุงเทพมหานคร

กรุงเทพมหานครเป็นเมืองหลวงในปีพ.ศ.
๒๓๒๕ ในรัชสมัยของพระบาทสมเด็จพระพุทธ
ยอดฟ้าจุฬาโลกหรือรัชกาลที่ ๑ แห่งราชวงศ์
จักรี กรุงเทพเป็นเมืองหลวงปัจจุบันของไทย
และตั้งมาได้กว่าสองร้อยปีแล้ว ราชวงศ์จักรีมี
กษัตริย์ปกครองจนถึงปัจจุบันทั้งสิ้น ๘ พระองค์
ด้วยกันคือ

๑. พระบาทสมเด็จพระพุทธยอดฟ้าจุฬาโลก
     มหาราช รัชกาลที่ ๑

๒. พระบาทสมเด็จพระพุทธเลิศหล้านภาลัย
     รัชกาลที่ ๒

๓. พระบาทสมเด็จพระนั่งเกล้าเจ้าอยู่หัว
     รัชกาลที่ ๓

๔. พระบาทสมเด็จพระจอมเกล้าเจ้าอยู่หัว
     รัชกาลที่ ๔

๕. พระบาทสมเด็จพระจุลจอมเกล้าเจ้าอยู่หัว
      รัชกาลที่ ๕ หรือพระปิยมหาราช

๖. พระบาทสมเด็จพระมงกุฎเกล้าเจ้าอยู่หัว
      รัชกาลที่ ๖

๗. พระบาทสมเด็จพระปกเกล้าเจ้าอยู่หัว
      รัชกาลที่ ๗

๘. พระบาทสมเด็จพระเจ้าอยู่หัวอานันท
      มหิดล รัชกาลที่ ๘

๙. พระบาทสมเด็จพระเจ้าอยู่หัวภูมิพล
      อดุลยเดช รัชกาลที่ ๙
          ประเทศไทยเป็นประเทศเดียวในแถบ
เอเชียอาคเนย์ที่รอดพ้นจากการเป็นเมืองขึ้น
ของกลุ่มชาติตะวันตกในยุคล่าอาณานิคม
          การปกครองของไทยได้เปลี่ยนจากระบอบ
สมบูรณาญาสิทธิราชเป็นระบอบประชาธิปไตย
เมื่อวันที่ ๒๔ มิถุนายน พ.ศ. ๒๔๗๕ ในสมัย
รัชกาลที่ ๗ ซึ่งมีพระมหากษัตริย์เป็นประมุข
และทรงใช้พระราชอำนาจตามรัฐธรรมนูญ

✳ ✳ ✳ ✳ ✳ ✳ ✳ ✳ ✳ ✳ ✳ ✳ ✳

คำศัพท์

ประวัติศาสตร์	[ประ-หวัด-สาด]	history
(โดย)สังเขป	[โดย-สัง-เขบ]	in brief
สมัย	[สะ-ไหม]	age, period
แน่ชัด	[แน่-ชัด]	clear and precise
ทฤษฎี	[ทิด-สะ-ดี]	theory
เป็นไปได้	[เป็นไปได้]	possible
ลุ่ม	[ลุ่ม]	lowland, river basin
อำนาจ	[อำ-นาด]	power
ขอม	[ขอม]	Khmer
สถาปนา	[สะ-ถา-ปะ-นา]	to establish
ราชธานี	[ราด-ชะ-ทา-นี]	capital
ยุค	[ยุก]	age
อาณาจักร	[อา-นา-จัก]	kingdom
จรด	[จะ-หรด]	to meet
คาบสมุทร	[คาบ-สะ-หมุด]	peninsula
มลายู	[มะ-ลา-ยู]	Malay
สัมพันธ์	[สัม-พัน]	relation
ลึกซึ้ง	[ลึก-ซึ้ง]	deeply
ถ้วยชาม	[ถ้วย-ชาม]	vessel
มหาราช	[มะ-หา-ราช]	the Great
ยึด	[ยึด]	to capture

สมบูรณาญาสิทธิราช	[สม-บู-ระ-ณา-ยา สิด-ทิ-ราด]	absolute monarchy
ระบอบ	[ระ-บอบ]	system, regime
สมมุติเทพ	[สม-มุด-ติ-เทบ]	god-to-be
เทวราชา	[เท-วะ-รา-ชา]	god-king
ราชวงศ์	[ราด-ชะ-วง]	dynasty
เสียกรุง	[เสีย-กรุง]	to lose the capital
ขาด	[ขาด]	to lack
สามัคคี	[สา-มัก-คี]	to unite
ชนะ	[ชะ-นะ]	to win
ประกาศ	[ประ-กาด]	to declare
รบ	[รบ]	to fight in a war
เมืองขึ้น	[เมือง-ขึ้น]	colony
เผา	[เผา]	to burn
ทำลาย	[ทำ-ลาย]	to destroy
มีค่า	[มี-ค่า]	valuable
วรรณกรรม	[วัน-นะ-กำ]	literary work
วัดวาอาราม	[วัด-วา-อา-ราม]	temple and monastery
แทบ	[แทบ]	almost
หลงเหลือ	[หลง-เหลือ]	to remain
แม่ทัพ	[แม่-ทัพ]	general, Commander-in-Chief

กู้ชาติ	[กู้-ชาด]	to bring liberty to one's nation
ทำเล	[ทำ-เล]	location
ศึก	[สึก]	war
สงคราม	[สง-คราม]	war, warfare
สิ้นพระชนม์*	[สิ้น-พระ-ชน]	to pass away
รอดพ้น	[รอด-พ้น]	to be saved
อาณานิคม	[อา-นา-นิ-คม]	colony
ปกครอง	[ปก-ครอง]	to reign, to rule
ประชาธิปไตย	[ประ-ชา-ทิ-ปะ-ไต]	democracy
ประมุข	[ประ-มุก]	head of state
ทรงใช้*	[ซง-ใช้]	to use
พระราชอำนาจ*	[พระ-ราด-ชะ-อำ-นาด]	power
รัฐธรรมนูญ	[รัด-ถะ-ทำ-มะ-นูน]	constitution

*ราชาศัพท์ (royal language)

ข้อแนะนำในการฝึกหัดเพิ่มเติม

ให้นักเรียนศึกษาประวัติศาสตร์ไทยเพิ่มเติมจากหนังสือเล่มอื่น

ให้นักเรียนศึกษาประวัติของผู้มีชื่อเสียงของไทยในแต่ละสมัย เช่น
พระนารายณ์มหาราช พระยาพิชัยดาบหัก สุนทรภู่ ท้าวสุรนารี
แล้วนำเสนอต่ออาจารย์และเพื่อนร่วมชั้น

ให้นักเรียนค้นคว้าวิจัยดูว่าประเทศไทยมีพระมหากษัตริย์ที่เป็น
มหาราชกี่พระองค์และมีพระองค์ใดบ้าง

ให้นักเรียนเปรียบเทียบยุคต่างๆของไทยกับเหตุการณ์สำคัญที่เกิด
ขึ้นในประเทศของตนในช่วงระยะเวลานั้น

A Brief History of Thailand

Sukhothai Period

The original Thai homeland is not clearly known. There are many theories about the origins of the the Thai people. One possiblity is that they came from southern China and then migrated to the Chao Phraya River lowlands, which were under Khmer control at that time. The Thai leader that drove the Khmer out of Sukhothai was Pho Khun Bang Klang Thao (also known as Pho Khun Sri Intharathit), who is regarded as the first Thai king. He proclaimed Sukhothai the capital. It was established in 1238 and is considered the first capital of Thailand. This was a time of great abundance and it was said that "In the river, there are fish. In the field, there is rice". The Sukhothai kingdom extended from Lampang and Vientien in the north to Nakhon Srithammarat, on the Malay Peninsula, in the south.

During this period Thailand had extensive relations with China. There was a great deal of exchange in both trade and culture. One product that came from China during this time was Sangkhaloke Bowls, which are still a popular art form in Thailand today.

King Pho Khun Ramkhamhaeng the Great was the most well-known king of this period. It was he who invented the Thai alphabet in 1283. Sukhothai was an independant kingdom until 1376, when it was overpowered by the nearby Thai kingdom of Ayutthaya and made a colony. Sukhothai was ruled by nine kings altogether. The last king was King Phra Maha Thammaracha 4 who reigned until 1438, when Sukhothai was simply absorbed into Ayutthaya.

Ayutthaya Period

Ayutthaya was established in 1350 by its first king, Phra Chao U-thong. The government during this period was an absolute monarchy, modeled after the Khmer, which regarded the king as god-like with unquestioned authority. Ayutthaya traded and interacted with many foreign countries, including China, Arab countries, Japan, Portugal, Spain, Holland, England and France.

Altogether Ayutthaya had 34 kings and 5 dynasties as follows:

1. U-thong Dynasty — 3 kings.
2. Suphannaphum Dynasty — 14 kings.
3. Sukhothai Dynasty — 7 kings.
4. Prasartthong Dynasty — 4 kings.
5. Ban Pluluang Dynasty — 6 kings.

Ayutthaya was conquered by the Burmese twice. The first time was in 1569 during the reign of King Phra Mahintharathirat. The Thais lost the capital largely due to a lack of unity. Thailand was a colony of Burma for 15 years until King Phra Naresuan the Great defeated the Burmese and declared independence in 1584.

Ayutthaya lost its capital for the second time in 1767 during the reign of King Phra Chao Ekkathat. The loss this time was complete. Ayutthaya was burned and virtually everything of value looted or destroyed by the Burmese, including literature, religious artifacts, works of art, buildings, houses, temples and monasteries. Almost nothing was left.

Thonburi Period

The Thai army commander-in-chief was able to liberate the country in 1767 and declare himself king— King Phra Chao Taksin the Great. He settled the new capital at Thonburi on the west bank of the Chao Phraya River, right across from today's capital. Thonburi had a better location than Ayutthaya because it was close to the sea. This was a period of constant warfare as Thailand fought to regain the territory that was lost after the destruction of Ayutthaya.

Thonburi was the capital of Thailand for only 15 years. After King Phra Chao Taksin passed away, the capital was moved to Bangkok on the other side of the Chao Phraya River. Thonburi had just one king.

Bangkok Period

Bangkok has been the Thai capital since 1782 when King Yodfa Chulaloke, King Rama I of the Chakkri Dynasty, moved the capital across the river from Thonburi. To date, the Chakkri Dynasty has had nine kings:

1. Phra Phutthayodfa Chulaloke the Great
    (Rama I)
2. Phra Putthalertla Naphalai
    (Rama II)
3. Phra Nangklao Chaoyuhua
    (Rama III)
4. Phra Chomklao Chaoyuhua
    (Rama IV) (King Mongkut)
5. Phra Chunlachomklao Chaoyuhua
    (Rama V) or Phra Piya the Great
    (King Chulalongkorn)
6. Phra Mongkutklao Chaoyuhua
    (Rama VI) (King Vajiravudh)
7. Phra Nangklao Chaoyuhua
    (Rama VII)
8. Phra Chaoyuhua Ananda Mahidol
    (Rama VIII)
9. Phra Chaoyuhua Phumipol Adulyadej
    (Rama IX)

Thailand is the only country in Southeast Asia that was not colonized by a western power during the colonial period. Its system of government was changed from absolute monarchy to democracy on June 24, 1932 during the reign of King Rama VII. Now the king serves as a ceremonial head of state and constitutional monarch.

****

ส่วนที่สอง

Part II

ฝึกอ่านหนังสือพิมพ์ไทย

Practice Reading Thai Newspapers

หนังสือพิมพ์ไทย

Thai Newspapers

The following are sample newspaper articles. While some of the content has been rewritten (names, places, dates, etc.), most of the language style and vocabulary remain the same. There are many Thai newspapers that you can choose from to read articles that may be of interest to you. Some of the best known Thai newspapers are:

ไทยรัฐ [ไท-รัด]   เดลินิวส์ [เด-ลิ-นิว]

มติชน [มะ-ติ-ชน] สยามรัฐ [สะ-หยาม-รัด]

ข่าวสด [ข่าว-สด]   แนวหน้า [แนว-หน้า]

ฐานเศรษฐกิจ [ถาน-เสด-ถะ-กิด]

ประชาชาติธุรกิจ [ประ-ชา-ชาด-ทุ-ระ-กิด]

กรุงเทพธุรกิจ [กรุง-เทบ-ทุ-ระ-กิด]

คู่แข่ง [คู่-แข่ง] สยามกีฬา [สะ-หยาม-กี-ลา]

ผู้จัดการ [ผู้-จัด-กาน]

Thai newspapers use a lot of slang and jargon that can make them difficult to understand, especially the headlines. There are also cultural, political and historical references that may be unfamiliar to foreigners. However, newspapers have a very rich vocabulary and you can learn a great deal from them. The sample articles in this book are short, fun to read and not too difficult. You can also find interesting magazines, short stories and other literature to challenge yourself.

ข่าวสั้น

Brief News

คลอกเฒ่าสยอง

เมื่อเวลาสามทุ่มวันที่ 23 ม.ค. ร.ต.อ.สมชาย สายชล ร้อยเวร เมืองเชียงราย นำกำลังพร้อมรถดับเพลิงไป ระงับเหตุเพลิงไหม้บ้านพักคนงานบริษัทเชียงรายก่อสร้าง หมู่ 3 ต.ช้างม่อย ที่เกิดเหตุเป็นบ้านชั้นเดียวที่แบ่งออก เป็นสามห้องพัก เพลิงกำลังลุกไหม้รุนแรง เจ้าหน้าที่ฉีด น้ำสกัดนานประมาณ 45 นาที จึงสงบ จากนั้นเข้าไปตรวจ สอบพบศพนายแห้ว ไม่ทราบนามสกุล อายุ 65 ปี ถูกไฟ คลอกศพดำเป็นตอตะโก จากการสอบสวนทราบว่าก่อน เกิดเหตุผู้ตายนอนหลับอยู่คนเดียว หลังไฟลุกไหม้หนีออก มาไม่ทัน ถูกไฟคลอกตายอนาถ เบื้องต้นสงสัยสาเหตุ ไฟฟ้าลัดวงจร ซึ่งต้องรอการชันสูตรพลิกศพให้แน่ชัด อีกครั้ง

คำศัพท์

คลอก	[คลอก]	to burn
สยอง	[สะ-หยอง]	dreadful
ร้อยเวร	[ร้อย-เวน]	lieutenant
รถดับเพลิง	[รด-ดับ-เพลิง]	fire truck
ระงับ	[ระ-งับ]	to stop
เพลิงไหม้	[เพลิง-ไหม้]	flame
ฉีด	[ฉีด]	to spray
สกัด	[สะ-กัด]	to stop
เหตุ	[เหด]	cause
ศพ	[สบ]	corpse
ตอตะโก	[ตอ-ตะ-โก]	persimmon stump
ไม่ทัน	[ไม่-ทัน]	not in time
อนาถ	[อะ-หนาด]	pitiful
ลัด	[ลัด]	to take a shortcut
วงจร	[วง-จอน]	circuit
ลัดวงจร	[ลัด-วง-จอน]	short circuit
ชันสูตร	[ชัน-นะ-สูด]	to investigate

วิวาห์ล่ม

เมื่อเวลา 18:30 น. วันที่ 21 ม.ค. นายสมบูรณ์ พูนสุข อายุ 34 ปี อยู่บ้านเลขที่ 3 หมู่ 10 บ้านสามโทน ต.สามช่า อ.ตาลเดี่ยว จ.อุดรธานี ได้เข้าแจ้งความต่อ พ.ต.อ. หิรัญ ศัตรูพ่าย สวส.สภ.อ.แก่งดอย จ.อุดรธานี ว่าถูก น.ส.ดารา ส่องสว่าง อายุ 20 ปี หลอกเอาเงินสินสอด 80,000 บาท   โดยเมื่อปลายปีที่แล้วตนได้รับการแนะนำจากนางคำสร้อย ส่องสว่าง ให้รู้จักกับ น.ส.ดารา ลูกสาว จนเกิดรักใคร่ชอบพอกัน   ต่อมาวันที่ 16 พ.ย. 2542 ได้ให้ผู้ใหญ่มาสู่ขอและทำพิธีแต่งงานกับที่บ้านฝ่ายหญิง   คืนแรก น.ส.ดาราไม่ยอมให้ร่วมหลับนอน   อ้างว่ามีรอบเดือน รอมาถึง 3 วัน   ก็ยังถูกปฏิเสธ ซึ่งตนต้องไปทำงานที่ จ.สงขลา และฝ่ายหญิงรับปากว่าจะไปอยู่กินด้วย จนถึงวันนี้ยังไม่ได้รับการติดต่อจาก น.ส.ดาราและญาติแต่อย่างใด มาตามหาที่บ้านก็ไม่พบ   ทราบว่า น.ส.ดาราเดินทางเข้า กทม.แล้ว ซึ่งตำรวจจะได้ติดตาม น.ส.ดาราและนางคำสร้อยเพื่อดำเนินการต่อไป

คำศัพท์

วิวาห์	[วิ-วา]	wedding
ล่ม	[ล่ม]	to fail
พ.ต.อ.	[พอ-ตอ-ออ]	police colonel
สวส.	[สอ-วอ-สอ]	investigator
หลอก	[หลอก]	to deceive
สินสอด	[สิน-สอด]	dowry
รักใคร่	[รัก-ใคร่]	to be in love
รอบเดือน	[รอบ-เดือน]	menstruation
ปฏิเสธ	[ปะ-ติ-เสด]	to refuse
ติดตาม	[ติด-ตาม]	to follow
ดำเนินการ	[ดำ-เนิน-กาน]	to proceed

โจรปืนพลาสติก

พ.ต.ท.สมศักดิ์ มิกสัญญี สว.สส.สภ.อ.เมืองเชียงใหม่ ได้
สั่งการให้ ร.ต.อ.ถวัลย์ วงศ์เทเวศ รอง สว.สส. สืบสวนจับ
กุมแก๊งโจรดักปล้นผู้คนที่เบิกเงินจากตู้เอทีเอ็มตามที่ต่างๆ
ในตัวเมืองเชียงใหม่ จนเมื่อเวลาตีหนึ่งวันที่ 6 ก.พ.
ตรวจไปถึงหน้าธนาคารกรุงเทพ สาขาเชียงใหม่ พบชาย
คนหนึ่งนั่งคร่อมรถ จยย. มีท่าทีพิรุธ จึงขอตรวจค้น พบ
ปืนพลาสติกพกสั้นสีดำ 1 กระบอกและมีดปลายแหลม 1
เล่ม จึงคุมตัวมาสอบสวนรับว่าชื่อนายต่วย ตือสกุล อายุ 30
ปี อยู่บ้านเลขที่ 120 ถ.คำอ้าย ต.ช้างคลาน อ.สามปอย
จ.เชียงใหม่ ช่วยพี่ชายขายไข่ปิ้งแถวหน้าไนท์
พลาซ่า ต่อมาเจ้าหน้าที่ได้นำนายอนันต์ แซ่แต้ เจ้าของ
โรงงานทำเต้าเจี้ยวที่ถูกคนร้ายจี้ขณะเบิกเงินจากตู้เอทีเอ็ม
เมื่อวันที่ 2 ก.พ. เป็นรายล่าสุดมาชี้ตัว นายอนันต์ยืนยัน
ว่าเป็นคนร้ายคนเดียวกัน นายต่วยรับว่าใช้ปืนเก๊จี้ผู้มาเบิก
เงินจากตู้เอทีเอ็มหลายราย เมื่อนำเงินไปใช้จนหมดก็มาจี้
อีก ตำรวจจึงคุมตัวไว้ดำเนินคดี

คำศัพท์

โจร	[โจน]	robber
ปืน	[ปืน]	gun
พลาสติก	[พล้าด-สะ-ติก]	plastic
พ.ต.ท.	[พอ-ตอ-ทอ]	police lieutenant col.
ร.ต.อ.	[รอ-ตอ-ออ]	police captain
สว.สส.	[สอ-วอ-สอ-สอ]	police detective
เบิกเงิน	[เบิก-เงิน]	to withdraw money
คร่อม	[คร่อม]	to be on top of
จยย.	[จอ-ยอ-ยอ]	motorcycle
ท่าที	[ท่า-ที]	attitude
พิรุธ	[พิ-รุด]	suspicion
พก	[พก]	to carry
กระบอก	[กระ-บอก]	*classifier for a gun*
มีด	[มีด]	knife
ปลาย	[ปลาย]	tip
แหลม	[แหลม]	sharp and pointed
เล่ม	[เหล้ม]	*classifier for a knife*
คุมตัว	[คุม-ตัว]	to put in custody
สอบสวน	[สอบ-สวน]	to investigate
ไข่ปิ้ง	[ไข่-ปิ้ง]	grilled egg
โรงงาน	[โรง-งาน]	factory
เต้าเจี้ยว	[เต้า-เจี้ยว]	sweet black soy

จี้	[จี้]	to rob
ล่าสุด	[ล่า-สุด]	latest
ชี้ตัว	[ชี้-ตัว]	to identify
ยืนยัน	[ยืน-ยัน]	to affirm
เก๊	[เก๊]	fake
คดี	[คะ-ดี]	case

เณรเล่นไพ่คู่

พระมหาสมชาย สิริปัญโญ ผู้ช่วยเจ้าอาวาสวัดอำไพวงศ์
เขตดุสิต กทม. จับสึกสามเณรสมควร ลูกหิน สามเณรจวง
สุดโชค สามเณรรุ่ง บุญมาและสามเณรชัย วัยว่อง ซึ่งนั่ง
เล่นไพ่คู่อยู่ในวัดเมื่อเวลา 23:30 น. วันที่ 30 ม.ค. แล้ว
เรียกตำรวจสายตรวจให้มาคุมตัวพร้อมกับไพ่หนึ่งสำรับ เงิน
สด 20 บาท ไปมอบให้ พ.ต.ท.นาคี ศรีนคร สวส.เขตดุสิต
ไว้ดำเนินคดีสอบสวนว่าสามเณรรุ่งกับสามเณรชัยอยู่ต่าง
จังหวัดมาเยี่ยมสามเณรสมควรกับสามเณรจวงแล้วชวนกัน
เล่นไพ่

คำศัพท์

เณร	[เนน]	novice, young monk
ไพ่	[ไพ่]	card
คู่	[คู่]	pair
สายตรวจ	[สาย-ตรวด]	patrol
สำรับ	[สำ-รับ]	deck of cards
ชวน	[ชวน]	to invite

กวาดเรียบแก๊งค้าผง

เมื่อเวลา 13.00 น. วันที่ 10 ก.พ. พ.ต.ต.อารีย์ ศรีสังวาลย์
ผบ. ร้อย ตชด.ที่ 132 นครราชสีมา พร้อมด้วย พ.ต.ท.
ศุภกิจ ไชยา รอง ผกก.สส.สภ.อ อ. อ.เมืองโคราช และ
ตำรวจ ป.ป.ส. ภาค 4 ตม.นครราชสีมา จับกุมนายดำ ไม่
ทราบนามสกุล อายุ 49 ปี และนายแดง แรงฤทธิ์ อายุ
35 ปี และนางทองสุก แรงฤทธิ์ ชาวลาว พร้อมของกลาง
เฮโรอีนตราสิงห์อมยิ้มบรรจุถุงหนัก 8 กก. ขณะนำมาส่ง
มอบให้ลูกค้าที่ด้านหลังห้างสรรพสินค้าแห่งหนึ่งในตัวเมือง
โคราช สอบสวนผู้ต้องหารับสารภาพ จึงนำมาดำเนินคดี
ต่อไป

คำศัพท์

กวาด	[กวาด]	to sweep
เรียบ	[เรียบ]	completely
แก๊ง	[แก๊ง]	gang
ค้าผง	[ค้า-ผง]	to sell drugs
เฮโรอีน	[เฮ-โร-อีน]	heroin
ผู้ต้องหา	[ผู้-ต้อง-หา]	suspect
สารภาพ	[สา-ระ-พาบ]	to confess
ข้อหา	[ข้อ-หา]	charge

ข่าวรอบโลก

World News

นิวยอร์ค-เมื่อเวลา 04.40 น. ของรุ่งเช้าวันศุกร์ ตามเวลา
ในท้องถิ่น ได้เกิดระเบิดขึ้นที่ย่านธุรกิจทางการเงินวอลล์
สตรีทในนครนิวยอร์ค   แรงระเบิดได้สร้างความเสียหาย
แก่อาคารหลังหนึ่งที่ถ.วอลล์ สตรีท 75 ซึ่งเป็นที่ตั้งสำนัก
งานกลุ่มธนาคารอังกฤษ บริษัทมหาชนบาร์เคลย์ส รวมทั้ง
อาคารทั่วบริเวณ ถ.วอลล์ สตรีท 95 ก็ได้รับความเสียหาย
เช่นกัน   โดยมีรายงานผู้ได้รับบาดเจ็บ 1 คน เป็นผู้สัญจร
ไปมา   ผู้อยู่ใกล้ที่เกิดเหตุเล่าว่าได้ยินเสียงระเบิดดังรุนแรง
มาก ราวกับอาคารทั้งหลังถล่มลงมา   ทางการสหรัฐฯกำลัง
สืบสวนที่มาของเหตุร้ายครั้งนี้

ปารีส-นายโรเจอร์ วาดิม ผู้กำกับหนังชื่อดังชาวฝรั่งเศสถึง
แก่กรรมแล้วเนื่องจากโรคมะเร็งเมื่อวันศุกร์ด้วยอายุ 72 ปี
หลังจากที่ต้องผจญกับโรคร้ายมาเป็นเวลานาน   นายวาดิม
เคยปลุกปั้นดาราจนโด่งดังจากภาพยนตร์ของเขาเมื่อหลาย
สิบปีก่อนและรวบรัดได้เป็นภรรยาหลายคน อาทิ บริจิตต์
บาร์โดต์ และเจน ฟอนดา

คำศัพท์

ท้องถิ่น	[ท้อง–ถิ่น]	local
ระเบิด	[ระ–เบิด]	bomb
เสียหาย	[เสีย–หาย]	damage
มหาชน	[มะ–หา–ชน]	public
ผู้สัญจร	[ผู้–สัน–จอน]	passer-by
รุนแรง	[รุน–แรง]	serious
อาคาร	[อา–คาน]	condition
ถล่ม	[ถะ–หล่ม]	to collapse
ผู้กำกับ	[ผู้–กำ–กับ]	director
หนัง	[หนัง]	movie
มะเร็ง	[มะ–เร็ง]	cancer
ปั้น	[ปั้น]	to sculpt
โด่งดัง	[โด่ง–ดัง]	famous
ภาพยนตร์	[พาบ–พะ–ยน]	movie
รวบรัด	[รวบ–รัด]	to cut short

ดวง

Horoscope

ประจำวันจันทร์ที่ 14 กุมภาพันธ์ 2543 ขึ้น 9 ค่ำ เดือน 3
ปีเถาะ วันนี้ฤกษ์ .44 สีเหลือง วันนี้ถือว่าเป็นวันมงคล เด็ก
ชายที่เกิดวันนี้จะมีความสำเร็จในหน้าที่การงาน หากเป็น
เจ้าของกิจการจะมีฐานะร่ำรวยมั่งคั่ง การลงทุนในต่าง
ประเทศจะดีมาก การศึกษาอนาคตก้าวไปสูงสุดมีความรู้
เป็นครูอาจารย์ สุขภาพสมบูรณ์แข็งแรง หากเป็นหญิงจะ
ประสบความสำเร็จในงานด้านการเงินการธนาคาร ธุรกิจ
เครื่องกระป๋องจะรวย วันนี้หากขึ้นบ้านใหม่ จัดงานสมรส
หรือเปิดกิจการใหม่จะดีมาก

ท่านที่เกิดวันอาทิตย์ วันนี้จะมีความสำเร็จในการติดต่อกับ
ต่างประเทศ การเดินทางไปต่างประเทศด้านธุรกิจจะดีมาก
การค้าขายจะดีขึ้นเล็กน้อย การศึกษาในด้านภาษาจะมีทาง
สำเร็จสูงสุด ความรักครอบครัวมีความสุขดี สุขภาพดี

<u>ท่านที่เกิดวันจันทร์</u> วันนี้การตัดสินใจเรื่องการค้าขายจะดี มี
ผู้มาร่วมลงทุนขยายกิจการ   หากอยู่ในช่วงทำสัญญาจะ
ประสบความสำเร็จ   การเดินทางเพื่อเสี่ยงโชคดีเล็กน้อย
เรื่องความรักครอบครัวหากมีปัญหาจะคืนดีกัน หากเป็น
คู่รักมีโอกาสแต่งงานสูง สุขภาพแข็งแรงดี

คำศัพท์

ฤกษ์	[เริก]	moment
มงคล	[มง-คน]	auspicious
หน้าที่	[หน้า-ที่]	duty
หาก	[หาก]	if
กิจการ	[กิด-จะ-กาน]	business
ฐานะ	[ถา-นะ]	status
ร่ำรวย	[ร่ำ-รวย]	wealthy
มั่งคั่ง	[มั่ง-คั่ง]	opulent
สมบูรณ์	[สม-บูน]	abundant
กระป๋อง	[กระ-ป๋อง]	can (n.)
ขึ้นบ้านใหม่	[ขึ้น-บ้าน-ใหม่]	new home party
สมรส	[สม-รด]	to wed
ลงทุน	[ลง-ทุน]	to invest
ขยาย	[ขะ-หยาย]	to expand

รับสมัครงาน

Help Wanted

รับสมัครด่วน

1. พนักงานขายประจำห้างชาย-หญิง   100 อัตรา

2. พนักงานขายเครื่องดูดฝุ่น ชาย   50 อัตรา

   -ประจำห้างโรบินสัน เซ็นทรัล เดอะมอลล์ พาต้า
   เมอร์รี่คิงส์ทุกสาขา

   -รายได้ 8,900-12,000+โอที+คอม+แบบฟอร์มฟรี 3 ชุด

   -วุฒิ ป.6 ขึ้นไป อายุ 15-30 ปี (พนักงานเลือกห้างได้)

3. บัญชี, ธุรการ หญิง วุฒิ ปวช. ขึ้นไป   10 อัตรา

4. พนักงานขายชั่วคราว (นักเรียน นักศึกษา) หญิง

   -รายได้วันละ 160-200 บาท/วัน, วุฒิ ม.3 ขึ้นไป
   อายุ 15 ปีขึ้นไป

   *ทุกตำแหน่งบรรจุแล้วมีสวัสดิการและรายได้ดี
สมัครได้ที่ (ฝ่ายบุคคล) สำนักงานจัดหางานอุดม ฝั่งตรง
ข้ามห้างโรบินสัน รัชดาภิเษก ซอย 13 โทร. 579-2440
รับสมัครทุกวันไม่เว้นวันหยุด ตั้งแต่ 09.00-18.30 น.

คำศัพท์

สมัคร	[สะ-หมัก]	to apply
ด่วน	[ด่วน]	urgent
ห้าง	[ห้าง]	department store
เครื่องดูดฝุ่น	[เครื่อง-ดูด-ฝุ่น]	vacuum cleaner
โอที	[โอ-ที]	overtime
คอม	[คอม]	commission
แบบฟอร์ม	[แบบ-ฟอม]	uniform
บัญชี	[บัน-ชี]	account
ธุรการ	[ทุ-ระ-กาน]	administration
วุฒิ	[วุด-ทิ]	qualification
ปวช.	[ปอ-วอ-ชอ]	vocational school
ชั่วคราว	[ชั่ว-คราว]	temporary
ตำแหน่ง	[ตำ-แหน่ง]	position
บรรจุ	[บัน-จุ]	to contain
สวัสดิการ	[สะ-หวัด-ดิ-กาน]	benefit

รับสมัครงาน

เราเป็นบริษัทชั้นนำด้านการผลิตทำความสะอาดภายในบ้าน
ปัจจุบันบริษัทฯ ส่งออกให้กับลูกค้าทั้งในยุโรปเอเชีย เพื่อ
เป็นการรองรับการขยายตัวของธุรกิจและเพื่อผลิตสินค้าส่ง
ออกไปยังต่างประเทศ บริษัทฯ มีความประสงค์ที่จะรับ
บุคลากรที่มีความรู้ความสามารถในตำแหน่งต่อไปนี้

ผู้ช่วยผู้จัดการแผนกวิจัยผลิตภัณฑ์

<u>ลักษณะงาน</u> ทำงานวิจัยและออกสูตรผลิตภัณฑ์
- วุฒิปริญญาโทหรือเอก สายวิทยาศาสตร์ สาขาเคมี ชีว
เคมีหรือในสาขาที่เกี่ยวข้อง
- มีประสบการณ์อย่างน้อย 1 ปี
- สำหรับในระดับปริญญาเอกไม่จำเป็นต้องมีประสบการณ์
วิศวกรโรงงาน

<u>ลักษณะงาน</u> ดูแลควบคุมการซ่อมบำรุงเครื่องจักรแ–
วุฒิวศบ.สาขาเครื่องกล ไฟฟ้าหรืออุตสาหการ
- มีประสบการณ์ในงานที่เกี่ยวข้อง 2 ปีขึ้นไป

บริษัทฯ ให้ผลตอบแทนและโอกาสที่ดีกับผู้ที่ได้รับเลือก
ผู้สนใจส่งจดหมายสมัครงานได้ที่
เลขที่ 39 ตู้ ป.ณ. 1105 บึงกุ่ม กรุงเทพฯ 10243

คำศัพท์

ชั้นนำ	[ชั้น-นำ]	leading
ผลิต	[ผะ-หลิด]	to manufacture
รองรับ	[รอง-รับ]	to sustain
ประสงค์	[ประ-สง]	to wish
บุคลากร	[บุก-คะ-ลา-กอน]	personnel
ต่อไปนี้	[ต่อ-ไป-นี้]	as follows
ผู้ช่วย	[ผู้-ช่วย]	assistant
ผู้จัดการ	[ผู้-จัด-กาน]	manager
แผนก	[ผะ-แหนก]	department
วิจัย	[วิ-ไจ]	research
ผลิตภัณฑ์	[ผะ-หลิด-ตะ-พัน]	product
ลักษณะ	[ลัก-สะ-หนะ]	characteristic
สูตร	[สูด]	formula
ประสบการณ์	[ประ-สบ-กาน]	experience
อย่างน้อย	[อย่าง-น้อย]	at least
วศบ.	[วอ-สอ-บอ]	bachelor of science
อุตสาหการ	[อุด-สา-หะ-กาน]	industry
ผลตอบแทน	[ผน-ตอบ-แทน]	compensation
โอกาส	[โอ-กาด]	opportunity

ประกาศจับมนุษย์หัวแหลม

ที่กำลังละเลงความสามารถสร้างความก้าวหน้าไปทั่วบ้านทั่ว
เมือง ซึ่งทางเราได้กระจายกำลังเพื่อทำการออกค้นหาหลาย
ฝ่ายด้วยกันคือ

ฝ่ายบริหารการตลาด	15 คน
ฝ่ายข้อมูล	10 คน
ฝ่ายประสานงานระหว่างองค์กร	7 คน
ฝ่ายประชาสัมพันธ์	5 คน

รูปพรรณสันถาร ไม่ระบุเพศอายุระหว่าง 18-35 ปี การ
ศึกษาระดับ ปวส. ปริญญาตรี/โท ไม่ระบุสาขา มีความรู้
ภาษาอังกฤษพอสมควร (ภาษาญี่ปุ่นจะได้รับพิจารณาเป็น
พิเศษ) *ไม่จำเป็นต้องมีประสบการณ์*

หากมีผู้ใดพบเห็น กรุณาส่งตัวมาที่บริษัท เอ็มสแควร์ จำกัด
และเข้าทำการสัมภาษณ์ภายในวันจันทร์ที่ 2-ศุกร์ที่ 6 ก.พ.
2543 ด้วยตัวท่านเอง

บริษัท เอ็มสแควร์ จำกัด

243 อาคารสุขุมวิททาวเวอร์ ชั้น 25 สุขุมวิท 8 กรุงเทพฯ

คำศัพท์

ประกาศ	[ประ-กาด]	to announce
จับ	[จับ]	to arrest
มนุษย์	[มะ-นุด]	human
หัวแหลม	[หัว-แหลม]	sharp head
ละเลง	[ละ-เลง]	to mix
ก้าวหน้า	[ก้าว-น่า]	to progress
กระจาย	[กระ-จาย]	to disperse
ค้นหา	[ค้น-หา]	to search
บริหาร	[บอ-ริ-หาน]	to administrate
การตลาด	[กาน-ตะ-หลาด]	marketing
ข้อมูล	[ข้อ-มูน]	data
ประสานงาน	[ประ-สาน-งาน]	to coordinate
องค์กร	[อง-กอน]	organization
ระบุ	[ระ-บุ]	to mention, to identify
เพศ	[เพด]	gender, sex
ปวส.	[ปอ-วอ-สอ]	junior college
สัมภาษณ์	[สำ-พาด]	to interview

โฆษณา

Advertisement

โทรศัพท์มือถือ 900

บริการเสริม ไม่ต้องชำระ
ตัดขาดค่าบริการจุกจิก ไม่ต้องจ่ายรายเดือนเพิ่ม
บริการเสริม 24 รายการของมือถือ 900 ใช้ง่าย สารพัด
ประโยชน์ สอบถามเพิ่มเติมที่ศูนย์มือถือ
โทร (02) 271-9000 ทุกวัน ตลอด 24 ชม.
มือถือ 900 พัฒนาต่อเนื่อง ทั่วไทย ไม่ถูกจูน

คำศัพท์

โฆษณา	[โคด-สะ-นา]	advertisement
เสริม	[เสิม]	to add
ชำระ	[ชำ-ระ]	to pay
จุกจิก	[จุก-จิก]	finical
ประโยชน์	[ประ-โหยด]	benefit
พัฒนา	[พัด-ทะ-นา]	to develop
ต่อเนื่อง	[ต่อ-เนื่อง]	to continue
จูน	[จูน]	to steal air time

ธนาคารพรีเมียร์

สมัครวันนี้ รับบัตรทันใจภายใน 7 วัน
- ใช้เป็นบัตรเอทีเอ็ม
- ใช้ชำระค่าสินค้า/บริการแทนเงินสดได้ทั่วประเทศและทั่วโลก
- รับคะแนนสะสมพรีเมียร์รีวอร์ดสทุกครั้งที่ใช้บัตรในการชำระค่าสินค้า/บริการเพื่อรับของกำนัลฟรี

สมัครบัตรเดบิต "พรีเมียร์ วีซ่า" วันนี้ไม่ต้องรอนาน อนุมัติบัตรให้คุณทันทีภายใน 7 วันทำการ ถ้าไม่ได้ เรายินดียกเว้นค่าธรรมเนียมปีแรกให้ฟรี*
รับฟรี! พวงกุญแจวอยส์เร็คคอร์เดอร์ เครื่องช่วยจำบันทึกข้อความได้

สมัครได้ที่ ธนาคารพรีเมียร์ทุกสาขาหรือโทร. 285-1556
วันนี้-30 มี.ค. นี้เท่านั้น
*ต้องเป็นใบสมัครที่กรอกสมบูรณ์พร้อมแนบเอกสารครบถ้วน หากเป็นบัตรเครดิตรูปหรือกรณีต่างจังหวัด ธนาคารจำเป็นต้องใช้เวลามากขึ้น

คำศัพท์

ทันใจ	[ทัน-ใจ]	quickly as desired
แทน	[แทน]	to replace
กำนัล	[กำ-นัน]	gift
ยกเว้น	[ยก-เว้น]	except
ค่าธรรมเนียม	[ค่า-ทำ-เนียม]	fee
กุญแจ	[กุน-แจ]	key
บันทึก	[บัน-ทึก]	to record
ข้อความ	[ข้อ-ความ]	message
กรอก	[กรอก]	to fill out
สมบูรณ์	[สม-บูน]	complete
แนบ	[แนบ]	to enclose
ครบถ้วน	[ครบ-ถ้วน]	completely
กรณี	[กอ-ระ-นี]	case

ยาดมจอมทอง

ยาดมจอมทอง กลิ่นหอมจรุงใจ
ยาดมจอมทอง ตราแมงปอขยับปีก เป็นยาแผนโบราณ
สรรพคุณเป็นยาดมแก้ลม บรรเทาอาการวิงเวียนศีรษะ

บรรจุในแผงพลาสติกใสทันสมัย สะอาด ปลอดภัย
ป้องกันอากาศเข้า-ออก ทำให้เก็บกลิ่นได้นานกว่า
มีจำหน่ายตามร้านขายยาทั่วไป
เลขทะเบียน G 34/30
ใบอนุญาตโฆษณาเลขที่ กข. 999/2543
บริษัท อำนวยวรรณ จำกัด

คำศัพท์

ยาดม	[ยา-ดม]	inhaler
จรุงใจ	[จะ-รุง-ใจ]	to stir desires
โบราณ	[โบ-ราน]	old-fashioned
สรรพคุณ	[สับ-พะ-คุน]	quality
บรรเทา	[บัน-เทา]	to relieve
อาการ	[อา-กาน]	symptom
วิงเวียน	[วิง-เวียน]	dizzy
บรรจุ	[บัน-จุ]	to contain
แผง	[แผง]	pad
ป้องกัน	[ป้อง-กัน]	to prevent
อากาศ	[อา-กาด]	air
กลิ่น	[กลิ่น]	odor
เลขทะเบียน	[เลก-ทะ-เบียน]	registration number
ใบอนุญาต	[ใบ-อะ-นุ-ยาด]	permit

ส่วนที่สาม
Part III

ภาษาไทยเบ็ดเตล็ด
Miscellaneous Thai

เพลงชาติไทย

ประเทศไทยรวมเลือดเนื้อชาติเชื้อไทย
เป็นประชารัฐ ผไทของไทยทุกส่วน
อยู่ดำรงคงไว้ได้ทั้งมวล
ด้วยไทยล้วนหมาย รักสามัคคี
ไทยนี้รักสงบ แต่ถึงรบไม่ขลาด
เอกราชจะไม่ให้ใครข่มขี่
สละเลือดทุกหยาดเป็นชาติพลี
เถลิงประเทศชาติไทยทวีมีชัย ชโย

✶ ✶ ✶ ✶ ✶ ✶ ✶ ✶ ✶ ✶ ✶ ✶ ✶

คำศัพท์

รวม	[รวม]	to gather
เลือด	[เลือด]	blood
เนื้อ	[เนื้อ]	flesh
ชาติ	[ชาติ]	nation
เชื้อ	[เชื้อ]	race
ประชา	[ประ-ชา]	people

รัฐ	[รัด]	state
ผไท	[ผะ-ไท]	land
ดำรง	[ดำ-รง]	to maintain
คงไว้	[คง-ไว้]	to remain
ทั้งมวล	[ทั้ง-มวน]	altogether
ล้วน	[ล้วน]	all
หมาย	[หมาย]	to intend
สงบ	[สะ-หงบ]	peace
ขลาด	[ขลาด]	coward
เอกราช	[เอก-กะ-ราด]	independence
ข่มขี่	[ข่ม-ขี่]	to oppress
สละ	[สะ-หละ]	to sacrifice
หยาด	[หยาด]	drop
พลี	[พลี]	sacrifice
เถลิง	[ถะ-เหลิง]	to ascend, to attain
ทวี	[ทะ-วี]	to increase
ชัย	[มี-ไช]	victory
ชโย	[ชะ-โย]	bravo, Chaiyo!

ข้อแนะนำในการฝึกหัดเพิ่มเติม

ให้นักเรียนฝึกร้องเพลงชาติไทยและพยายามทำความเข้าใจความหมายของ เนื้อเพลง

Thai National Anthem

Thailand is founded on the blood and flesh Thai people share,

Every portion of the land belongs to us, thus we must care;

The reason why this country still exists

Is because the Thai people have long loved one another and been united.

We Thai are peace-loving people but in time of war uncowardly, we'll fight to the bitter end,

None is allowed to oppress and destroy our independence;

To sacrifice every droplet of blood as a national offering, we are always ready,

For the sake of our country's progress and victory.

CHAIYO!

บทสวดมนต์ไหว้พระ
Buddhist Prayer

อรหัง สัมมา สัมพุทโธ ภควา
พุทธัง ภควันตัง อภิวา เทมิ

สวาขาโต ภควตา ธัมโม ธัมมัง นมาสามิ

สุปฏิปันโณ ภควโต สาวกสังโฆ สังฆัง นมามิ

คำอ่าน

อะ–ระ–หัง สำ–มา สำ–พุด–โท พะ–คะ–วา
พุด–ทัง พะ–คะ–วัน–ตัง อะ–พิ–วา เท–มิ

สะ–วา–ขา–โต พะ–คะ–วะ–ตา ทำ–โม
ทำ–มัง นะ–มะ–สา–มิ

สุ–ปะ–ติ–ปัน–โน พะ–คะ–วะ–โต สา–วะ–กะ–สัง–โค
สัง–คัง–นะ–มา–มิ

คำศัพท์

อรหัง	[อะ-ระ-หัง]	the Arahat
สัมมา	[สำ-มา]	right, perfect, true
สัมพุทโธ	[สำ-พุด-โท]	the Enlightened
ภควา	[พะ-คะ-วา]	Buddha
พุทธัง	[พุด-ทัง]	the Awakened
ภควันตัง	[พะ-คะ-วัน-ตัง]	the Lord
อภิวา	[อะ-พิ-วา]	to prostrate
เทมิ	[เท-มิ]	to pay respect
สวาขาโต	[สะ-วา-ขา-โต]	the Dharma found by Lord Buddha
ธัมโม	[ทำ-โม]	the Dharma
นมสามิ	[นะ-มะ-สา-มิ]	to pay respect
สุปฏิปันโน	[สุ-ปะ-ติ-ปัน-โน]	the well-behaved monk
สาวก	[สา-วะ-กะ, สา-วก]	disciple
สังโฆ	[สัง-โค]	monk
นมามิ	[นะ-มา-มิ]	to pay respect

ข้อแนะนำในการฝึกหัดเพิ่มเติม

ให้นักเรียนฝึกอ่านและพยายามทำความเข้าใจความหมายของ
บทสวดมนต์

คำที่ออกเสียงยาก
Tongue Twister

      The following phrases and sentences are for foreigners to practice saying Thai tones and difficult to pronounce words. They may not make much sense but are good for pronunciation practice. If you can say them all correctly, you'll sound almost like a native speaker! If Thai people understand 18 out of 20, you are doing excellent, 14 out of 20 is good, 10 out of 20, you can get by in Thailand O.K. and fewer than 10, well, Thai people may have to ask you a few times to figure out what you are trying to say.

1.   ใครขายไข่ไก่
     (ใคร-ขาย-ไข่-ไก่)

     Who's selling chicken eggs?

2.   น้าทำนาหน้าไหน
     (น้า-ทำ-นา-หน้า-ไหน)

     Which season does auntie farm rice?

3.   ไก่ทำไก๋ว่าอยู่ใกล้ๆ ไม่ไกล
     (ไก่-ทำ-ไก๋-ว่า-หยู่-ใกล้-ใกล้-ไม่-ไกล)

     Kai pretends that she lives just near by, not far away.

4.   หมากับม้ามากินม่าม่า
     (หมา-กับ-ม้า-กิน-มา-ม่า)

     The dog and the horse are eating Ma-ma noodles.

5. ไม้ใหม่ไม่ไหม้มั้ย
(ม้าย-ใหม่-ไม่-ไม่-มั้ย)
New wood doesn't burn, does it?

6. งูกินหนูจนงูงงงวย
(งู-กิน-หนู-จน-งู-งง-งวย)
The snake ate the mouse until the snake was confused.

7. ป้าพาป๋าไปปาปูในป่า
(ป้า-พา-ป๋า-ไป-ปา-ปู-ใน-ป่า)
Auntie took daddy to throw crabs in the woods.

8. เขาเข้ามาบอกข่าวว่ามีข้าวขาว
(เขา-เข้า-มา-บอก-ข่าว-ว่า-มี-ข้าว-ขาว)
He came in to tell that there was some white rice.

9. น้องเพชรชอบกินลาบเป็ดที่เผ็ดๆ
(น้อง-เพ็ด-ชอบ-กิน-ลาบ-เป็ด-ที่-เผ็ด-เผ็ด)
Phet likes to eat very very hot duck Larb.

10. นำไปแม่น้ำมีหนาม
(นำ-ไป-แม่-น้าม-มี-หนาม)
Nam is going to the river with thorns.

11.   เรือลำเล็กลอยล่องรวดเร็ว

       (เรือ-ลำ-เล็ก-ลอย-ล่อง-รวด-เร็ว)

       The small boat moves very fast.

12.   มีแพทย์แปดสิบแปดคน

       (มี-แพด-แปด-สิบ-แปด-คน)

       There are 88 doctors.

13.   มือถือคืออะไร

       (มือ-ถือ-คือ-อะ-ไร)

       What is a hand phone?

14.   ชัยใช้ไฟฉายใส่หน้าชายใช่มั้ย

       (ชัย-ช้าย-ไฟ-ฉาย-ใส่-หน้า-ชาย-ใช่-มั้ย)

       Chai used the flashlight on Chaai's face, didn't he?

15.   เสืออยู่บนเสื่อ   เสื้ออยู่บนเสือ

       เสื่ออยู่บนเสื้อ   เสื้ออยู่บนเสื่อ

       เสืออยู่บนเสื้อ   เสื่ออยู่บนเสือ

       (เสือ-อยู่-บน-เสื่อ   เสื้อ-อยู่-บน-เสือ

       เสื่อ-อยู่-บน-เสื้อ   เสื้อ-อยู่-บน-เสื่อ

       เสือ-อยู่-บน-เสื้อ   เสื่อ-อยู่-บน-เสือ)

       The tiger is on the mat.   The shirt is on the tiger.

       The mat is on the shirt.   The shirt is on the mat.

       The tiger is on the shirt.   The mat is on the tiger.

16. ชามเขียวคว่ำเช้า ชามขาวคว่ำค่ำ

(ชาม-เขียว-คว่ำ-ช้าว ชาม-ขาว-คว่ำ-ค่ำ)

The green bowl is turned over in the morning.

The white bowl is turned over in the evening.

17. ยักษ์ใหญ่ไล่ยักษ์เล็ก

แล้วยักษ์เล็กก็ไล่ยักษ์ใหญ่

(ยัก-ใหย่-ไล่-ยัก-เล็ก แล้ว-ยัก-เล็ก-ก็-ไล่-ยัก-ใหย่)

The big giant chased the small giant and then the small

giant chased the big giant.)

18. ตาตี๋ตกต้นตาลตอตาลตำตูดตาย

(ตา-ตี๋-ตก-ต้น-ตาน-ตอ-ตาน-ตำ-ตูด-ตาย)

Grandpa Ti fell off the palm tree. The palm trunk hit his

bottom and he died.

19. เช้าฟาดฟักผัด เย็นฟาดผัดฟัก

(ช้าว-ฟาด-ฟัก-ผัด เย็น-ฟาด-ผัด-ฟัก)

Morning, I gulp stir-fried squash.

Evening, I gulp squash stir-fried.

20. ทหารแบกปืน เบิกปูน ไปโบกตึก

(ทะ-หาน-แบก-ปืน เบิก-ปูนไป-โบก-ตึก)

The soldier carried a gun, received some cement and went

to plaster the building.

สระไอไม้ม้วน

The following poem is a verse that Thai students use to memorize how the *sara ai mai muan* (สระไอไม้ม้วน) is used. In the Thai language, there are only 20 words that use this vowel. The rest use *sara ai mai malai* (สระไอไม้มลาย).   This poem is a memorization tool only. It has no significant meaning.

ผู้ใหญ่หาผ้าใหม่   ให้สะใภ้ใช้คล้องคอ
ใฝ่ใจเอาใส่ห่อ   มิหลงใหลใครขอดู
จะใคร่ลงเรือใบ   ดูน้ำใสและปลาปู
สิ่งใดอยู่ในตู้   มิใช่อยู่ใต้ตั่งเตียง
บ้าใบ้ถือใยบัว   หูตามัวมาใกล้เคียง
เล่าท่องอย่าละเลี่ยง   ยี่สิบม้วนจำจงดี

The vowel ใ is used only with the following twenty words:

ใหญ่	big
ใหม่	new
ให้	to give
สะใภ้	female inlaw
ใช้	to use
ใฝ่	to have an interest in
ใจ	heart
ใส่	to put
หลงใหล	to be crazy about
ใคร	who
ใคร่	to have desires
ใบ	leaf
ใส	clear
ใด	whatsoever
ใน	in
ใช่	yes
ใต้	under
ใบ้	mute person
ใย	web
ใกล้	near

เพลงไทย
Thai Songs

รำวง
Thai Folk Dance (Ramwong)

The following are songs that are used for the ramwong (รำวง), a Thai folk dance. They are accompanied by traditional Thai instruments and danced at many occasions. Most Thai people know the songs. They will be favorably impressed if you learn how to sing a few of them and to dance the ramwong!

งามแสงเดือน

งามแสงเดือน มาเยือนส่งหล้า
งามใบหน้า มาสู่วงรำ
เราเล่นเพื่อสนุก เปลื้องทุกข์วายระกำ
ขอให้เล่นฟ้อนรำ เพื่อสามัคคีเอย

ชาวไทย

ชาวไทยเจ้าเอ๋ย	ขออย่าละเลยในการทำหน้าที่
การที่เราได้เล่นสนุก	เปลื้องทุกข์สบายอย่างนี้
เพราะชาติเราได้เสรี	มีเอกราชสมบูรณ์
เราจึงควรช่วยชูชาติ	ให้เก่งกาจเจิดจำรูญ
เพื่อความสุขเพิ่มพูน	ของชาวไทยเราเอย

ดวงจันทร์วันเพ็ญ

ดวงจันทร์วันเพ็ญ	ลอยเด่นอยู่ในนภา
ทรงกรดสดสี	รัศมีทอแสงงามตา
แสงจันทร์อร่าม	สวยงามส่องฟ้า
ไม่งามเท่าหน้า	นวลน้องยองใย
งามเอยแสนงาม	งามจริงยอดหญิงชาติไทย
งามจงรักดั่งดวงจันทรา	จริตจริยานิ่มนวลละไม
วาจากังวาล	อ่อนหวานจับใจ
รูปทรงสมส่วน	ยั่วยวนหทัย
สมเป็นดอกไม้	ขวัญใจชาติเอย

ใกล้เข้าไปอีกนิด

ใกล้เข้าไปอีกนิด   ชิดๆเข้าไปอีกหน่อย
สวรรค์น้อยๆ   อยู่ในวงฟ้อนรำ
รูปหล่อขอเชิญมาเล่น   เนื้อเย็นขอเชิญมารำ
มองมานัยน์ตาหวานฉ่ำ (มะ) มารำกับพี่เอย

ตามองตา

ตามองตา   สายตามาจ้องมองกัน รู้สึกเสียวซ่านหัวใจ
รักฉันก็ไม่รัก หลงฉันก็ไม่หลง ฉันยังอดโค้งเธอไม่ได้
เธอช่างงามวิไล เหมือนดอกไม้ที่เธอถือมา

ยวนย่าเหล

ยวนย่าเหล   ยวนย่าเหล่
หัวใจว้าเหว่   ไม่รู้จะเห่ไปหาใคร
จะซื้อเปลญวน   ที่ด้ายหย่อนหย่อน (ซ้ำ)
จะเอาน้องนอน   ไกวเช้าไกวเย็น

ช่อมาลี

เจ้าช่อมาลี คนดีของพี่ก็มา
สวยจริงหนา เวลาค่ำคืน (ซ้ำ)
โอ้จันทร์ไปไหน ทำไมถึงไม่ส่องแสง
เดือนมาแฝง แสงสว่าง เมฆน้อยลอยมาบัง (ซ้ำ)
แสงสว่าง (ก็) จางหายไป

เพลงเด็ก
Children's Songs

Here are some children's songs taught at schools and at
home. Most Thai children and adults know how to sing them.
They are usually short, fun and lively. Try to memorize some of
them and ask your Thai teacher to teach you more.

ช้าง

ช้าง ช้าง ช้าง ช้าง ช้าง น้องเคยเห็นช้างหรือเปล่า
ช้างมันตัวโตไม่เบา จมูกยาวๆ เรียกว่างวง
มีเขี้ยวใต้งวง เรียกว่างา มีหูมีตาหางยาว

สวัสดี

สวัสดี สวัสดีเธอจ๋า เรามาพบกับ เธอกับฉัน
สวัสดี สวัสดี

ฉันและเธอ

ฉันและเธอเจอกันแทบทุกวันเลยเชียว เมื่อเจอะกัน
เราทักกันเพื่อสมานไมตรี ยิ้มให้เธอทีไร
สุขฤทัยเปรมปรีย์ ได้พูดจาพาที สวัสดีเพื่อนเอ๋ย

ว่าวน้อย

ว่าวน้อยที่เคยได้เล่น   เช้าเย็นเราเคยเล่นว่าว
ว่าวน้อยล่องลอยติดดาว   สองมือยิ่งสาวเมื่อว่าวติดลม
สองมือยิ่งสาวเมื่อว่าวติดลม

ดอกลั่นทม

โอ้เจ้าดอกลั่นทมฉันเคยเด็ดดม ฉันเคยเด็ดเล่น
เด็ดเช้า เด็ดเย็น ฉันเคยเด็ดเล่น เด็ดดม เด็ดดม

หากว่าเรากำลังสบาย

หากว่าเรากำลังสบายจงปรบมือพลัน (ซ้ำ)
หากว่าเรากำลังมีสุขหมดเรื่องทุกข์ใดๆทุกสิ่ง
มัวประวิงอะไรกันเล่า จงปรบมือพลัน

หากว่าเรากำลังสบายผงกหัวพลัน (ซ้ำ)
หากว่าเรากำลังมีสุขหมดเรื่องทุกข์ใดๆทุกสิ่ง
มัวประวิงอะไรกันเล่า ผงกหัวพลัน

หากว่าเรากำลังสบายกระทืบเท้าพลัน (ซ้ำ)
หากว่าเรากำลังมีสุขหมดเรื่องทุกข์ใดๆทุกสิ่ง
มัวประวิงอะไรกันเล่า กระทืบเท้าพลัน

หากว่าเรากำลังสบายจงส่งเสียงดัง (ซ้ำ)
หากว่าเรากำลังมีสุขหมดเรื่องทุกข์ใดๆทุกสิ่ง
มัวประวิงอะไรกันเล่า จงส่งเสียงดัง (ฮ่าฮ่า)

หากว่าเรากำลังสบายจงออกท่าทาง (ซ้ำ)
หากว่าเรากำลังมีสุขหมดเรื่องทุกข์ใดๆทุกสิ่ง
มัวประวิงอะไรกันเล่า จงออกท่าทาง
(ปรบมือ ผงกหัว กระทืบเท้า ฮ่าฮ่า)

<u>มันยกร่อง</u>

มันยกร่อง ฟักทองแตงไทย
สาวๆหน้ามน ทำไมเป็นคนหลายใจ
ใครล่ะ ใครล่ะ จะไม่น่าน้อยใจ
เอ่อเออ เอิงเอย มันน้อยใจ น้อยใจ

บทท่องอาขยาน
Chants for Children

These are chants and poems that little children learn to
recite in school. They are mostly for fun, but often have some
teaching purpose as well.

นกเอี้ยงเอ๋ย   มาเลี้ยงควายเฒ่า
ควายกินข้าว   นกเอี้ยงหัวโต

****

กาเอ๋ยกา   บินมาไวไว
มาจับต้นโพธิ์   โผมาต้นไทร

****

แมงมุม   ขยุ้มหลังคา
แมวกินปลา   หมากัดกระพุ้งก้น

****

จ้ำจี้ผลไม้ แตงไทย แตงกวา ขนุน น้อยหน่า พุทรา
มังคุด ละมุด ลำใย มะเฟือง มะไฟ มะกรูด มะนาว
มะพร้าว ส้มโอ ฟักแฟง แตงโม ไชโย โห่หิ้ว

****

จ้ำจี้มะเขือเปาะ กะเทาะหน้าแว่น พายเรือออกแอ่น
กระแท่นต้นกุ่ม สาวๆหนุ่มๆ อาบน้ำท่าไหน
อาบน้ำท่าวัด เอาแป้งไหนผัด เอากระจกไหนส่อง
เยี่ยมๆมองๆ นกขุนทองร้องฮูก

****

เด็กเอ๋ยเด็กน้อย
ความรู้เรายังด้อยเร่งศึกษา
เมื่อเติบใหญ่เราจะได้มีวิชา
เป็นเครื่องหาเลี้ยงชีพสำหรับตน
ได้ประโยชน์หลายสถานเพราะการเรียน
จงพากเพียรกันเกิดจะเกิดผล
ถึงลำบากตรากตรำก็จำทน
เกิดเป็นคนควรหมั่นขยันเอย

****

เพลงไทยยอดนิยม
Thai Pop Songs

There are many good Thai pop songs that you can learn from. Try picking a popular song that you like and learn the words with their meanings. Often Thai pop songs include the written lyrics with the casette or CD. Here are a few sample songs:

<u>ยินดีไม่มีปัญหา</u>

อัสนีย์-วสันต์

(สวัสดีครับ)

× ครับ   สวัสดีครับผมชื่อ   ยินดีไม่มีปัญหา   (๔)
การโน่นการไหนไม่ยุ่งเกี่ยว   ยุ่งอยู่คนเดียวก็พอแล้ว
พ่อแม่ทำมาไว้เป็นแนว   ไอ้ที่ดีแล้วก็ทำไป

แม่สั่งให้เรารู้คุณคน   ลำบากลำบนอดทนไว้
ตัวข้ายินดีที่เป็นไทย   ผู้ใหญ่มาเยือนยกมือไหว้ ×

××เกิดมาเป็นยินดี   ชั่งสุขขีทุกอย่าง
พ่อบังเอิญสอนสร้าง   แม่บังอรสอนสั่ง
เกิดมาดีใจจัง   ไม่มุ่งหวังเกินเหตุ
ขอบพระคุณพระเดช   ที่เกิดมาเป็นยินดี ×
พ่อสั่งให้ดีให้จงได้   ตั้งอกตั้งใจไม่รอช้า
อันว่ายินดีก็ปรีดา   ชั่งสุขอุราแสนยินดี××,×

คำศัพท์

การ	[กาน]	matter
แนว	[แนว]	pattern
สั่ง	[สั่ง]	to order
รู้คุณ	[รู้-คุน]	to be thankful
ลำบากลำบน	[ลำ-บาก-ลำ-บน]	to be in hardship
อดทน	[อด-ทน]	to be patient
ตัวข้า	[ตัว-ข้า]	I myself
ยินดี	[ยินดี]	happy
เยือน	[เยือน]	to visit
ยก	[ยก]	to raise
ไหว้	[ไหว้]	to pay respect, *wai*
ตั้งอกตั้งใจ	[ตั้ง-อก-ตั้ง-ใจ]	to pay attention
รอช้า	[รอ-ช้า]	to linger
ปรีดา	[ปรี-ดา]	delighted
อุรา	[อุ-รา]	chest
บังเอิญ	[บัง-เอิน]	just happen to...
มุ่งหวัง	[มุ่ง-หวัง]	to expect
เกินเหตุ	[เกิน-เหด]	too much, over
พระคุณพระเดช	[พระ-คุน-พระ-เดด]	
		gratefulness

Mr. Happy No-Problem

Sawatdii krap. My name is Yindii Mai Mii Bpanhaa (Mr. Happy No-Problem). I don't interfere with this work or that work. I only deal with my own work. My father and mother taught me the pattern of life - keep doing what is already good. My mother taught me to be grateful to people, to be patient of all hardships. I am proud to be a Thai. I "wai" the elders when they come to visit me.

Born to be Yindii is such a happiness. My father taught me, my mother taught me. I am so happy to have been born. I don't expect too much. Thank heaven for letting me be born Yindii.

My father told me to be good, to pay attention. I am Yindii. I am so happy.

****

เมดอินไทยแลนด์

(Made in Thailand)

คาราบาว

เมดอินไทยแลนด์ แดนดินไทยเรา เก็บกันจนเก่า
เรามีแต่ของดีๆ มาตั้งแต่ก่อนสุโขทัย มาลพบุรี
อยุธยา ธนบุรี ยุคสมัยนี้เป็น ก. ท. ม.
เมืองที่คนตกท่อ (ไม่เอา อย่าไปว่าเค้าน่า)
เมดอินไทยแลนด์ แดนไทยทำเอง
จะร้องรำทำเพลง ก็ล้ำลึกลีลา ฝรั่งแอบชอบใจ
แต่คนไทยไม่เห็นท่า กลัวน้อยหน้าว่าคุณค่านิยม
ไม่ทันสมัย (เมดอินเมืองไทย แล้วใครจะรับประกัน ฮึ!)
(ฉันว่ามันน่าจะมีคนรับผิดชอบบ้าง)
เมดอินไทยแลนด์ แฟนๆเข้าใจ ผลิตผลคนไทย
ใช้เองทำเอง ตัดเย็บเสื้อผ้า กางโกงกางเกง
กางเกงยีนส์ (ชะหนอยแน่) แล้วขึ้นเครื่องบิน
ไปส่งเข้ามา คนไทยได้หน้า ฝรั่งมังค่าได้เงิน (โอ้เย้)
เมดอินไทยแลนด์ พอแขวนตามร้านค้า มาติดป้าย
ติดตราว่าเมดอินเจแปน ก็ขายดิบขายดี มีราคา
คุยกันได้ว่ามันมาต่างแดน ทั้งทันสมัยมาจากแม็กกาซีน
เค้าไม่ได้หลอกเรากินหรอก เรานั้นหลอกตัวเอง เอย

คำศัพท์

แดนดิน	[แดน-ดิน]	land
เก็บ	[เก็บ]	to collect
ท่อ	[ท่อ]	pipe, ditch, sewer
ล้ำลึก	[ล้ำ-ลึก]	deep
ลีลา	[ลี-ลา]	style
แอบ	[แอบ]	to hide, secretly
ชอบใจ	[ชอบใจ]	to admire
น้อยหน้า	[น้อย-น่า]	to be ashamed
คุณค่า	[คุน-ค่า]	value
นิยม	[นิ-ยม]	to favor
ทันสมัย	[ทัน-สะ-ไหม]	to be in fashion
รับประกัน	[รับ-ประ-กัน]	to guarantee
รับผิดชอบ	[รับ-ผิด-ชอบ]	to be responsible
ผลิตผล	[ผลิด-ผน, ผะ-หลิต-ตะ-ผน]	product
เย็บ	[เย็บ]	to sew
แขวน	[แขวน]	to hang
ป้าย	[ป้าย]	label, tag, sign
ตรา	[ตรา]	brand
หลอก	[หลอก]	to deceive, to fool
หรอก	[หรอก]	*ending particle used after a negative statement to make it milder*

Made In Thailand

Made in Thailand, the land of us Thai. We have cultivated the old culture and have many good things from before Sukhothai, then Lopburi, Ayuthaya, Thonburi...and now Bangkok, the city where people fall into sewer pipes. (Oh no, don't say such a thing about them.)

Made in Thailand. Thailand produces it . The way we dance and sing is so graceful in style. Farangs secretly admire, but Thai people don't see their own culture. They are afraid to be blamed for their outdated values. (Made in Thailand? Who will guarantee it for me? Huh!... I think there should be somebody responsible for this.)

Made in Thailand. Understand that they are the products of Thai people. We use them ourselves and produce them our-selves. We sew clothes, pants, jeans and export them and then import them back. Thai people get the pride and farangs get the money. (Oh, yeah!)

Made in Thailand. Products that hang in stores are labeled "Made in Japan". They sell well and Thai people can brag that they are imported from overseas. They are not deceiv-ing us, but we deceive ourselves.

****

ไม่อยากให้เธอรู้

ใหม่

อาจจะเป็นทุกข์   อาจจะผิดหวัง   แต่ยังมีรอยยิ้ม
ให้เธอเรื่อยไป ข้างในจะร้อนจะรน หมองหม่นทนทุกข์
เพียงใด   ยังอยากจะยิ้มให้เธออย่างนี้

××ก็ไม่เคยคิด อยากให้เธอรู้ ข้างในที่แท้มันเป็นอย่างไร
เพราะความที่รักเหลือเกิน   ไม่อยากถูกหมางเมินไป
แค่เพียงเห็นก็ชื่นใจเกินพอ

×แม้ตอนพบกัน ฉันทำร่าเริง แต่รู้ไหม คิดอะไรอยู่
กลับมาล้มตัวลงนอน กอดหมอนน้ำตาพรั่งพรู
อยากเป็นเหมือนคนที่เธอจูงมือ ××, ×, ×

คำศัพท์

ผิดหวัง	[ผิด-หวัง]	to be disappointed
รอยยิ้ม	[รอย-ยิ้ม]	smile
เรื่อยไป	[เรื่อย]	always
ร้อนรน	[ร้อน-รน]	to be in hot water
หมองหม่น	[หมอง-หม่น]	to be gloomy
ทน	[ทน]	to tolerate
แท้	[แท้]	true
เหลือเกิน	[เหลือ-เกิน]	so much
หมางเมิน	[หมาง-เมิน]	to turn one's back
ชื่นใจ	[ชื่น-ใจ]	to feel sweet, cordial
ร่าเริง	[ร่า-เริง]	cheerful
กอด	[กอด]	to hug
หมอน	[หมอน]	pillow
น้ำตา	[น้ำ-ตา]	tear
พรั่งพรู	[พรั่ง-พรู]	to pour out

Don't Want You to Know

I may be unhappy. I may be disappointed. But I still always have this smile for you. I may be struggling inside. No matter how much I suffer, I still want to smile at you like this.

I never give a thought to letting you know how I truly feel inside because I still love you so much and don't want to be left out... I feel good just seeing you.

When we meet, I pretend to be cheerful. But do you know what I am thinking? I come home to throw myself on the bed and hug the pillow and cry. I want to be like the girl whose hand you hold.

****

สุภาษิตไทย
Thai Proverbs

     The following are some of the best known Thai proverbs and sayings for you to practice reading. They are followed by the literal translation and then the English meaning in parenthesis. Please look for books on Thai proverbs and try to learn from them. Learning Thai proverbs is an excellent way to increase your understanding of Thai culture and the way Thais think. Try to memorize some and impress your Thai friends!

1.   รักพี่เสียดายน้อง

     (รัก-พี่-เสีย-ดาย-น้อง)

     Love the older sister, but yearn for the younger sister.

     (The grass is greener on the other side of the hill.)

2.   รำไม่ดีโทษปี่โทษกลอง

     (รำ-ไม่-ดี-โทด-ปี่-โทด-กลอง)

     Dance poorly and blame the oboe and the drum.

     (A poor workman blames his tools.)

3.   เฒ่าหัวงู

     (เถ้า-หัว-งู)

     Dirty old man

4. จับปลาสองมือ
    (จับ-ปลา-สอง-มือ)

    Catch two fish in two hands.

    (Run after two hares, catch neither.)

5. ไม้ใกล้ฝั่ง
    (ม้าย-ใกล้-ฝั่ง)

    A log near the river bank

    (To have one foot in the grave)

6. หมากัดอย่ากัดตอบ
    (หมา-กัด-หย่า-กัด-ตอบ)

    If dogs bite, don't bite back.

    (Don't stoop as low as your enemy.)

7. กลับบ้านเก่า
    (กลับ-บ้าน-เก่า)

    To return to one's old home

    (To pass away)

8. หนีเสือปะจระเข้
    (หนี-เสือ-ปะ-จอ-ระ-เข้)

    Run away from a tiger and face a crocodile.

    (To go from the frying pan into the fire)

9.   ดูช้างให้ดูหาง ดูนางให้ดูแม่
      (ดู-ช้าง-ให้-ดู-หาง ดู-นาง-ให้-ดู-แม่)

To check an elephant, look at his tail,

To check a woman, look at her mother.

10.   ลูกไม้หล่นไม่ไกลต้น
      (ลูก-ไม้-หล่น-ไม่-ไกล-ต้น)

The fruit doesn't fall far from the tree.

(Like father, like son)

11.   ความรักทำให้คนตาบอด
      (ความ-รัก-ทำ-ให้-คน-ตา-บอด)

Love makes people blind.

(Love is blind.)

12.   ไก่งามเพราะขน คนงามเพราะแต่ง
      (ไก่-งาม-เพราะ-ขน คน-งาม-เพราะ-แต่ง)

Roosters are handsome because of their feathers;

People are beautiful because of their clothes.

(Fine feathers make fine birds.)

13.   ข้าวใหม่ปลามัน
      (ข้าว-ใหม่-ปลา-มัน)

Fresh rice and tasty fish

(A newly married couple)

14.   หนอนบ่อนไส้
      (หนอน-บ่อน-ไส้)
      A worm in the guts
      (A traitor)

15.   เข้าเมืองตาหลิ่ว ต้องหลิ่วตามตาม
      (เข้า-เมือง-ตา-หลิ่ว ต้อง-หลิ่ว-ตา-ตาม)
      In a town where people wink, you must also wink.
      (When in Rome, do as the Romans do.)

16.   ลูกไก่อยู่ในกำมือ
      (ลูก-ไก่-อยู่-ใน-กำ-มือ)
      A chick in the palm
      (To have control over someone)

17.   อาบน้ำร้อนมาก่อน
      (อาบ-น้าม-ร้อน-มา-ก่อน)
      To take a hot bath before others.
      (To have more experience than others)

18.   รักวัวให้ผูก รักลูกให้ตี
      (รัก-วัว-ให้-ผูก รัก-ลูก-ให้-ตี)
      Love your cows, tie them up.
      Love your children, spank them.
      (Spare the rod, spoil the child.)

19. ปิดทองหลังพระ
(ปิด-ทอง-หลัง-พระ)

To put gold leaf on the back of a Buddha statue
(To do good deeds without caring for rewards or admiration)

20. ปลาหมอตายเพราะปาก
(ปลา-หมอ-ตาย-เพราะ-ปาก)

Fish die because of their mouths.
(To be hung by the tongue)

21. น้ำขึ้นให้รีบตัก
(น้าม-ขึ้น-ให้-รีบ-ตัก)

To hurry to get water when the tide is high
(Make hay while the sun shines.)

22. จับได้คาหนังคาเขา
(จับ-ได้-คา-หนัง-คา-เขา)

Catch someone with skin and horns.
(Catch someone red-handed.)

23. กระต่ายหมายจันทร์
(กระ-ต่าย-หมาย-จัน)

A rabbit wishing to have the moon
(To wish for something impossible)

24.   วัวแก่กินหญ้าอ่อน
       (วัว-แก่-กิน-หย้า-อ่อน)

       Old cows like to eat young grass.

       (Old men like young girls.)

25.   หาเหาใส่หัว
       (หา-เหา-ใส่-หัว)

       Looking for lice to put on one's head

       (To look for trouble)

จังหวัดในประเทศไทย
Provinces in Thailand

Practice reading the names of the Thai provinces. They are divided by region.

ประเทศไทยแบ่งการปกครองออกเป็น ๖ ภาค ๗๖ จังหวัด

ภาคกลางมี ๒๒ จังหวัด ได้แก่

๑.	จังหวัดสุโขทัย	๒.	จังหวัดพิษณุโลก
๓.	จังหวัดเพชรบูรณ์	๔.	จังหวัดพิจิตร
๕.	จังหวัดกำแพงเพชร	๖.	จังหวัดนครสวรรค์
๗.	จังหวัดอุทัยธานี	๘.	จังหวัดชัยนาท
๙.	จังหวัดลพบุรี	๑๐.	จังหวัดสิงห์บุรี
๑๑.	จังหวัดอ่างทอง	๑๒.	จังหวัดสุพรรณบุรี
๑๓.	จังหวัดอยุธยา	๑๔.	จังหวัดสระบุรี
๑๕.	จังหวัดนครนายก	๑๖.	จังหวัดปทุมธานี
๑๗.	จังหวัดนนทบุรี	๑๘.	จังหวัดนครปฐม
๑๙.	จังหวัดกรุงเทพมหานคร		
๒๐.	จังหวัดสมุทรปราการ		
๒๑.	จังหวัดสมุทรสาคร		
๒๒.	จังหวัดสมุทรสงคราม		

ภาคเหนือมี ๙ จังหวัด ได้แก่

๑.	จังหวัดเชียงใหม่	๒.	จังหวัดพะเยา
๓.	จังหวัดแม่ฮ่องสอน	๔.	จังหวัดน่าน
๕.	จังหวัดเชียงราย	๖.	จังหวัดลำปาง
๗.	จังหวัดลำพูน	๘.	จังหวัดแพร่
๙.	จังหวัดอุตรดิตถ์		

ภาคตะวันออกเฉียงเหนือ มี ๑๙ จังหวัด ได้แก่

๑.	จังหวัดหนองคาย	๒.	จังหวัดนครพนม
๓.	จังหวัดสกลนคร	๔.	จังหวัดอุดรธานี
๕.	จังหวัดหนองบัวลำพู	๖.	จังหวัดเลย
๗.	จังหวัดขอนแก่น	๘.	จังหวัดกาฬสินธุ์
๙.	จังหวัดมุกดาหาร	๑๐.	จังหวัดมหาสารคาม
๑๑.	จังหวัดร้อยเอ็ด	๑๒.	จังหวัดยโสธร
๑๓.	จังหวัดอุบลราชธานี	๑๔.	จังหวัดศรีสะเกษ
๑๕.	จังหวัดสุรินทร์	๑๖.	จังหวัดบุรีรัมย์
๑๗.	จังหวัดนครราชสีมา	๑๘.	จังหวัดชัยภูมิ
๑๙.	จังหวัดอำนาจเจริญ		

ภาคตะวันออกมี ๗ จังหวัด ได้แก่

๑.	จังหวัดปราจีนบุรี	๒.	จังหวัดฉะเชิงเทรา
๓.	จังหวัดสระแก้ว	๔.	จังหวัดชลบุรี
๕.	จังหวัดระยอง	๖.	จังหวัดจันทบุรี
๗.	จังหวัดตราด		

ภาคใต้มี ๑๔ จังหวัด ได้แก่

๑.	จังหวัดชุมพร	๒.	จังหวัดระนอง
๓.	จังหวัดสุราษฎร์ธานี	๔.	จังหวัดพังงา
๕.	จังหวัดกระบี่	๖.	จังหวัดนครศรีธรรมราช
๗.	จังหวัดภูเก็ต	๘.	จังหวัดตรัง
๙.	จังหวัดพัทลุง	๑๐.	จังหวัดสตูล
๑๑.	จังหวัดสงขลา	๑๒.	จังหวัดปัตตานี
๑๓.	จังหวัดยะลา	๑๔.	จังหวัดนราธิวาส

ภาคตะวันตกมี ๕ จังหวัด ได้แก่

๑.	จังหวัดตาก	๒.	จังหวัดกาญจนบุรี
๓.	จังหวัดราชบุรี	๔.	จังหวัดเพรชบุรี
๕.	จังหวัดประจวบคีรีขันธ์		

สิบประเทศในกลุ่มอาเซียน
The Ten ASEAN Countries

กลุ่มอาเซียนมีสมาชิก ๑๐ ประเทศ ได้แก่

๑. ไทย

๒. มาเลเซีย

๓. สิงคโปร์

๔. อินโดนีเซีย

๕. ฟิลิปปินส์

๖. บรูไน

๗. เวียดนาม

๘. ลาว

๙. กัมพูชา

๑๐. เมียนมาร์

บรรณานุกรม
(Bibliography)

พจนานุกรมพุทธศาสน์ ฉบับประมวลศัพท์ พระธรรมปิฎก
มหาจุฬาลงกรณราชวิทยาลัย โดย พระเทพเทวี (ประยุทธ์ ปยุตโต)
โรงพิมพ์มหาจุฬาลงกรณราชวิทยาลัย กรุงเทพฯ พิมพ์ครั้งที่ ๘ ปี ๒๕๓๘

ความรู้รอบตัว ฉบับสร้างเสริมประสบการณ์ชีวิต โดย ดวงพร จำปาศรี
สำนักพิมพ์เสริมวิทย์บรรณาคาร กรุงเทพ พิมพ์ครั้งที่ ๒ ปี ๒๕๔๐

Joy of Thai Cooking, by Ravadi Lekprichakul Quinn, Published
by the Emerald of Siam, Washington, USA, 1990.

A New English-Thai Dictionary โดย ดร. วิทย์ เที่ยงบูรณธรรม
สำนักพิมพ์ อักษรพิทยา กรุงเทพฯ พิมพ์ครั้งที่ ๔ ปี ๒๕๔๑

Thai Proverbs, by Patrick Owens and Kulaya Campiranonta,
Darnsutha Press, Bangkok, Third Edition 1989.

New Standard Thai-English Dictionary นิจ ทองโสภิต สำนักพิมพ์
แพร่พิทยา กรุงเทพฯ

Lonely Planet, Travel Survival Kit, THAILAND, by Joe
Cummings, Published by Lonely Planet Publications, Vic.,
Australia, Third Edition 1990.

คู่มือสังคมศึกษา ม. ๖ โดย วิทยา ปานนะบุตร สำนักพิมพ์พัฒนาศึกษา
กรุงเทพฯ ปีที่พิมพ์ สิงหาคม ๒๕๓๔

Slang ไม่ใช่ของแสลง โดย Frank Freeman (อิศรา อมันตกุล) สำนักพิมพ์
มติชน กรุงเทพฯ ๒๕๓๙

กลวิธีสอนเด็กให้เขียนกวี โดย ศิวกานท์ ปทุมสูติ แสงศิลป์การพิมพ์
กรุงเทพฯ พิมพ์ครั้งที่ ๒

เว็บไซท์
(Websites)

www.chula.ac.th
www.tu.ac.th
www.cs.ait.ac.th/wutt/wutt.html
www.sala.net/Thailand/
www.oecth.com
www.asiatour.com
www.mfa.go.th
www.muaythai-usa.com
www.thaifile.com
www.thailao.com

****

Titles from Paiboon Publishing

Title: **Thai for Beginners**
Author: Benjawan Poomsan Becker ©1995
Description: Designed for either self-study or classroom use. Teaches all four language skills- speaking, listening (when used in conjunction with the cassette tapes), reading and writing. Offers clear, easy, step-by-step instruction building on what has been previously learned. Used by many Thai temples and institutes in America and Thailand. Cassettes & CD available. Paperback. 270 pages. 6" x 8.5"

Book	US$12.95	Stock # 1001B
Two CDs	US$20.00	Stock # 1001CD

Title: **Thai for Travelers** (Pocket Book Version)
Author: Benjawan Poomsan Becker ©2006
Description: The best Thai phrase book you can find. It contains thousands of useful words and phrases for travelers in many situations. The phrases are practical and up-to-date and can be used instantly. The CD that accompanies the book will help you improve your pronunciation and expedite your Thai language learning. You will be able to speak Thai in no time! Full version on mobile phones and PocketPC also available at www.vervata.com.

Book & CD   US$15.00   Stock # 1022BCD

Title: **Thai for Intermediate Learners**
Author: Benjawan Poomsan Becker ©1998
Description: The continuation of Thai for Beginners . Users are expected to be able to read basic Thai language. There is transliteration when new words are introduced. Teaches reading, writing and speaking at a higher level. Keeps students interested with cultural facts about Thailand. Helps expand your Thai vocabulary in a systematic way. Paperback. 220 pages. 6" x 8.5"

Book	US$12.95	Stock # 1002B
Two CDs	US$15.00	Stock # 1002CD

Title: **Thai for Advanced Readers**
Author: Benjawan Poomsan Becker ©2000
Description: A book that helps students practice reading Thai at an advanced level. It contains reading exercises, short essays, newspaper articles, cultural and historical facts about Thailand and miscellaneous information about the Thai language. Students need to be able to read basic Thai. Paperback. 210 pages. 6" x 8.5"

Book	US$12.95	Stock # 1003B
Two CDs	US$15.00	Stock # 1003CD

Title: **Thai-English, English-Thai Dictionary for Non-Thai Speakers**
Author: Benjawan Poomsan Becker ©2002
Description: Designed to help English speakers communicate in Thai. It is equally useful for those who can read the Thai alphabet and those who can't. Most Thai-English dictionaries either use Thai script exclusively for the Thai entries (making them difficult for westerners to use) or use only phonetic transliteration (making it impossible to look up a word in Thai script). This dictionary solves these problems. You will find most of the vocabulary you are likely to need in everyday life, including basic, cultural, political and scientific terms. Paperback. 658 pages. 4.1" x 5.6"
Book   US$15.00 Stock # 1008B

Title: **Improving Your Thai Pronunciation**
Author: Benjawan Poomsan Becker ©2003
Description: Designed to help foreigners maximize their potential in pronouncing Thai words and enhance their Thai listening and speaking skills. Students will find that they have more confidence in speaking the language and can make themselves understood better. The book and the CDs are made to be used in combination. The course is straight forward, easy to follow and compact. Paperback. 48 pages. 5" x 7.5" + One-hour CD
Book & CD   US$15.00 Stock # 1011BCD

Title: **Thai for Lovers**
Author: Nit & Jack Ajee ©1999
Description: An ideal book for lovers. A short cut to romantic communication in Thailand. There are useful sentences with their Thai translations throughout the book. You won't find any Thai language book more fun and user-friendly. Rated R!
Paperback. 190 pages. 6" x 8.5"
Book   US$13.95 Stock #: 1004B
Two CDs   US$17.00 Stock #: 1004CD

Title: **Thai for Gay Tourists**
Author: Saksit Pakdeesiam ©2001
Description: The ultimate language guide for gay and bisexual men visiting Thailand. Lots of gay oriented language, culture, commentaries and other information. Instant sentences for convenient use by gay visitors. Fun and sexy. The best way to communicate with your Thai gay friends and partners! Rated R!
Paperback. 220 pages. 6" x 8.5"
Book   US$13.95 Stock # 1007B
Two Tape Set   US$17.00 Stock # 1007T

Title: **Thailand Fever**
Authors: Chris Pirazzi and Vitida Vasant ©2005
Description: A road map for Thai-Western relationships.   The must-have relationship guidebook which lets each of you finally express complex issues of both cultures.   Thailand Fever is an astonishing, one-of-a-kind, bilingual expose of the cultural secrets that are the key to a smooth Thai-Western relationship. Paperback. 258 pages. 6" x 8.5"
Book   US$15.95 Stock # 1017B

Title: **Thai-English, English-Thai Software Dictionary**
         for Palm OS PDAs With Search-by-Sound
Authors: Benjawan Poomsan Becker and Chris Pirazzi ©2003
Description: This software dictionary provides instant access to 21,000 English, Phonetic and Thai Palm OS PDA with large, clear fonts and everyday vocabulary. If you're not familiar with the Thai alphabet, you can also look up Thai words by their sounds. Perfect for the casual traveller or the dedicated Thai learner. Must have a Palm OS PDA and access to the Internet in order to use this product.
Book & CD-ROM US$39.95 Stock # 1013BCD-ROM

Title: **Thai for Beginners Software**
Authors: Benjawan Poomsan Becker and Dominique Mayrand ©2004
Description: Best Thai language software available in the market! Designed especially for non-romanized written Thai to help you to rapidly improve your listening and reading skills! Over 3,000 recordings of both male and female voices. The content is similar to the book Thai for Beginners, but with interactive exercises and much more instantly useful words and phrases. Multiple easy-to-read font styles and sizes.   Super-crisp enhanced text with romanized transliteration which can be turned on or off for all items.
Book & CD-ROM US$40.00 Stock # 1016BCD-ROM

Title: **Lao-English, English-Lao Dictionary for Non-Lao Speakers**
Authors: Benjawan Poomsan Becker & Khamphan Mingbuapha ©2003
Description: Designed to help English speakers communicate in Lao.   This practical dictionary is useful both in Laos and in Northeast Thailand. Students can use it without having to learn the Lao alphabet.   However, there is a comprehensive introduction to the Lao writing system and pronunciation.   The transliteration system is the same as that used in Paiboon Publishing's other books. It contains most of the vocabulary used in everyday life, including basic, cultural, political and scientific terms. Paperback. 780 pages. 4.1" x 5.6"
Book   US$15.00 Stock # 1010B

Title: **Lao for Beginners**
Authors: Buasawan Simmala and Benjawan Poomsan Becker ©2003
Description: Designed for either self-study or classroom use. Teaches all four language skills- speaking, listening (when used in conjunction with the audio), reading and writing. Offers clear, easy, step-by-step instruction building on what has been previously learned. Paperback. 292 pages. 6" x 8.5"
Book   US$12.95 Stock # 1012B
Three CDs   US$20.00 Stock # 1012CD

Title: **Cambodian for Beginners**
Authors: Richard K. Gilbert and Sovandy Hang ©2004
Description: Designed for either self-study or classroom use. Teaches all four language skills- speaking, listening (when used in conjunction with the CDs), reading and writing. Offers clear, easy, step-by-step instruction building on what has been previously learned. Paperback. 290 pages. 6" x 8.5"
Book   US$12.95 Stock # 1015B
Three CDs   US$20.00 Stock # 1015CD

Title: **Burmese for Beginners**
Author: Gene Mesher ©2006
Description: Designed for either self-study or classroom use. Teaches all four language skills- speaking, listening (when used in conjunction with the CDs), reading and writing. Offers clear, easy, step-by-step instruction building on what has been previously learned. Paperback. 320 pages. 6" x 8.5"
Book   US$12.95 Stock # 1019B
Three CDs   US$20.00 Stock # 1019CD

Title: **Vietnamese for Beginners**
Authors: Jake Catlett and Huong Nguyen ©2006
Description: Designed for either self-study or classroom use. Teaches all four language skills- speaking, listening (when used in conjunction with the CDs), reading and writing. Offers clear, easy, step-by-step instruction building on what has been previously learned. Paperback. 292 pages. 6" x 8.5"
Book   US$12.95 Stock # 1020B
Three CDs   US$20.00 Stock # 1020CD

Title: **Tai Go No Kiso**
Author: Benjawan Poomsan Becker ©2002
Description: Thai for Japanese speakers. Japanese version of Thai for Beginners. Paperback. 262 pages. 6" x 8.5"
Book   US$12.95 Stock # 1009B
Three Tape Set   US$20.00 Stock # 1009T

Title: **Thai fuer Anfaenger**
Author: Benjawan Poomsan Becker ©2000
Description: Thai for German speakers.   German version of Thai for Beginners. Paperback. 245 pages. 6" x 8.5"
Book   US$13.95   Stock # 1005B
Two CDs   US$20.00   Stock # 1005CD

Title: **Practical Thai Conversation DVD Volume 1**
Author: Benjawan Poomsan Becker ©2005
Description: This new media for learning Thai comes with a booklet and a DVD. You will enjoy watching and listening to this program and learn the Thai language in a way you have never done before. Use it on your TV, desktop or laptop. The course is straight forward, easy to follow and compact. A must-have for all Thai learners! DVD and Paperback, 65 pages 4.8" x 7.1"
Book & DVD   US$15.00   Stock # 1018BDVD

Title: **Practical Thai Conversation DVD Volume 2**
Author: Benjawan Poomsan Becker ©2006
Description: Designed for intermediate Thai learners! This new media for learning Thai comes with a booklet and a DVD. You will enjoy watching and listening to this program and learn the Thai language in a way you have never done before. Use it on your TV, desktop or laptop. The course is straight forward, easy to follow and compact. DVD and Paperback, 60 pages 4.8" x 7.1"
Book & DVD   US$15.00   Stock # 1021BDVD

Title: A **Chameleon's Tale - True Stories of a Global Refugee -**
Author: Mohezin Tejani ©2006
Description: A heart touching real life story of Mo Tejani, a global refugee who spends thirty four years searching five continents for a country he could call home. Enjoy the ride through numerous countries in Asia, Africa, North and South America. His adventurous stories are unique – distinctly different from other travelers' tales. Recommended item from Paiboon Publishing for avid readers worldwide. Paperback. 257 pages. 5" x 7.5"
Book   US$19.95   Stock #1024B

Title: **Thai Touch**
Author: Richard Rubacher ©2006
Description: The good and the bad of the Land of Smiles are told with a comic touch. The book focuses on the spiritual and mystical side of the magical kingdom as well as its dark side. The good and the bad are told with a comic touch. The Sex Baron, the Naughty & Nice Massage Parlors, the "Bangkok haircut" and Bar Girls & the Pendulum are contrasted with tales of the Thai Forrest Gump, the Spiritual Banker of Thailand and the 72-year old woman whose breasts spout miracle milk.
Paperback. 220 pages. 5" x 7.5"
Book   US$19.95   Stock #1024B

Title: **How to Buy Land and Build a House in Thailand**
Author: Philip Bryce ©2006
Description: This book contains essential information for anyone contemplating buying or leasing land and building a house in Thailand. Subjects covered: land ownership options, land titles, taxes, permits, lawyers, architects and builders. Also includes English/Thai building words and phrases and common Thai building techniques. Learn how to build your dream house in Thailand that is well made, structurally sound and nicely finished. Paperback. 6" x 8.5"

Book   US$19.95   Stock #1025B

Title: **Retiring in Thailand**
Authors: Philip Bryce and Sunisa Wongdee Terlecky ©2006
Description: A very useful guide for those who are interested in retiring in Thailand. It contains critical information for retirees, such as how to get a retirement visa, banking, health care, renting and buying property, everyday life issues and other important retirement factors. It also lists Thailand's top retirement locations. It's a must for anyone considering living the good life in the Land of Smiles. 6" x 8.5"
Book   US$19.95   Stock #1026B

Coming Soon in 2007

- **Lao for Travelers** by Saikham Jamison
- **Vietnamese for Travelers** by Jake Catlett
- **Cambodian for Travelers** by Richard Gilbert
- **Burmese for Travelers** by Gene Mesher
- **Paragon English Vol. 1** A textbook for Thai people to learn English

Title: **Living Thai**
          -Your Guide to Contemporary Thai Expressions- Vol. 1
Author: Benjawan Poomsan Becker ©2007
Description: This series of books and CDs is a collection of numerous words and
expressions used by modern Thai speakers. It will help you to understand
colloquial Thai and to express yourself naturally. You will not find these phases
in any textbooks. It's a language course that all Thai learners have been waiting
for. Impress your Thai friends with the real spoken Thai. Lots of fun. Good for
students of all levels.

Title: **Thai Law for Foreigners**
Author: Ruengsak Thongkaew ©2007
Description: Thai law made easy for foreigners. This unique book includes
information regarding immigration, family, property, civil and criminal law used
in Thailand. Very useful for both visitors and those who live in Thailand. Written
by an experienced Thai trial lawyer. It contains both the Thai text and full English
translation.

Title: **The Smart Medical Tourist**
Authors: Julie Munro and Hari DePietro ©2007
Description: A unique guide book for travelers looking for medical treatment that
is affordable, safe, stress-free, with the most advanced medical technology and
world class medical providers. This well researched book from medical tourism
insiders includes the history, development and economics of medical tourism,
stories of medical travelers for both cosmetic surgery and specialized surgery
including heart and orthopedic procedures, how to choose a doctor, planning
ahead, comparing costs, getting medical and travel insurance, and much more.
Covers Thailand, Singapore, Malaysia, India, Dubai, South Africa, Brazil,
Mexico, Costa Rica, and other countries.

Title: **How to Establish a Successful Business in Thailand**
Author: Philip Wylie ©2007
Description: This is the perfect book for anyone thinking of starting or buying a
business in Thailand. This book will save readers lots of headaches, time and
money. This guide is full of information on how to run a business in Thailand
including practical tips by successful foreign business people from different
trades, such as guest house, bar trade, e-commerce, export and restaurant. This is
an essential guide for all foreigners thinking of doing business - or improving their
business - in Thailand.

PAIBOON PUBLISHING
ORDER FORM

QTY.	ITEM NO.	NAME OF ITEM	ITEM PRICE	TOTAL

Delivery Charges for First Class and Airmail

	USA and Canada	**Other Countries**
Up to $25.00	US$3.95	US$8.95
$25.01-$50.00	US$4.95	US$11.95
$50.01-$75.00	US$6.25	US$15.25
$75.01-$100.00	US$7.75	US$18.75
Over $100.00	FREE	US$18.75

Merchandise Total

CA residents add 8.25% sales tax

Delivery Charge (See Chart at Left)

Total

Method of Payment ❑ Check ❑ Money Order Make payable to Paiboon Publishing
Charge to: ❑ Visa ❑ Master Card ❑ Amex

Card # _____ Exp. Date _____/_____

Signature_____ Tel _____

Name _____ Date _____

Address _____

_____

_____

Email Address _____

Mail order is for orders outside of Thailand only.
Send your order and payment to: Paiboon Publishing
PMB 192, 1442A Walnut Street, Berkeley, CA 94709 USA
Tel: 1-510-848-7086 Fax: 1-510-848-4521
Email: paiboon@thailao.com Website: www.thailao.com
Allow 2-3 weeks for delivery.

PAIBOON

PUBLISHING